GIẢNG GIẢI

CẢM ỨNG THIÊN

TẬP 6

GIẢNG GIẢI

CẢM ỨNG THIÊN - TẬP 6/8

HÒA THƯỢNG TỊNH KHÔNG

NGUYỄN MINH TIẾN Việt dịch

Copyright © 2019 by United Buddhist Publisher (UBP)
ISBN-13: 978-1-7975-8413-3
ISBN-10: 1-7975-8413-8

HÒA THƯỢNG TỊNH KHÔNG
NGUYỄN MINH TIẾN Việt dịch

GIẢNG GIẢI
CẢM ỨNG THIÊN

TẬP 6 (TRỌN BỘ 8 TẬP)

NHÀ XUẤT BẢN LIÊN PHẬT HỘI
UNITED BUDDHIST PUBLISHER - UBP

NỘI DUNG

Bài giảng thứ 119

(Giảng ngày 1 tháng 11 năm 1999 tại Tịnh Tông Học Hội Singapore, file thứ 120, số hồ sơ: 19-012-0120)

Thưa quý vị đồng học, cùng tất cả mọi người.

Lần trước đã giảng đến câu: *"Tri quá bất cải. Tri thiện bất vi."* (Biết lỗi không sửa. Biết thiện không làm.) Hai câu này đích thực là then chốt trong sự tu hành ở thế gian cũng như xuất thế gian, vấn đề là phải *biết*. Trong Phật pháp nói *biết* là giác ngộ, tức là khai ngộ, giác ngộ.

Thế nào là khai ngộ? Thế nào là giác ngộ? *"Biết điều lỗi, biết điều thiện"*, đó đều là giác ngộ. Sửa lỗi, làm thiện, đó là tu hành. Nếu như không giác ngộ, tu hành thật rất khó khăn, không biết được bắt đầu học từ đâu. Cho nên, [đạt đến chỗ] *biết* thật không dễ dàng. Đức Thế Tôn vì chúng ta thuyết pháp 49 năm, mục đích chính là dạy cho ta *biết*. Có thể biết được hết thảy các pháp chân vọng, tà chánh, thị phi, thiện ác, lợi hại trong thế gian và xuất thế gian, không gì khác hơn là giúp đỡ hỗ trợ chúng ta [đạt đến chỗ] *biết*.

Thấy tánh, đó là *biết* hết tất cả, là không cần phải có người dạy. Không thấy tánh là phàm phu. Trong kinh điển, quý vị có thể thấy là phàm phu chia ra có *nội phàm*, có *ngoại phàm*, cả hai đều gọi là phàm phu. Nội phàm là ở trong sáu đường. Phàm phu ở trong sáu đường gọi là *nội phàm*. Ngoại phàm là chỉ bốn thánh pháp giới. Nói cách khác, quý vị chưa vượt thoát mười pháp giới thì đều là phàm phu. Trong pháp giới nhất chân mới gọi là thánh nhân. Đó là đã thấy tánh. Còn chưa sáng rõ tâm ý, chưa thấy được tự tánh thì đều là phàm phu. Phàm phu đối với chân tướng sự thật nhận thức không rõ ràng, cho nên chư Phật, Bồ Tát từ bi răn dạy, giúp đỡ hỗ trợ chúng ta nhận thức [đúng thật].

Nói thật ra, mấy câu này về mặt tầng bậc mà nói thì có sự sâu cạn không giống nhau. Sâu xa nhất là phân biệt *chân vọng*, thấp hơn một bậc là [phân biệt] *tà chánh, thị phi, thiện ác*, và thô thiển nhất là [phân biệt] *lợi hại*. Đây là [tầng bậc] thiển cận nhất. Thế nào đối với ta có lợi, thế nào đối với ta có hại, người có khả năng phân biệt được như vậy cũng không nhiều. Do nơi [sự không biết] này, chúng ta trong cuộc sống thường ngày, đối đãi với người, tiếp xúc muôn vật, nói năng hành động mới phạm vào những lỗi lầm có hại cho chính mình. Nói năng hành động như thế nào đối với chúng ta có lợi, như thế nào đối với chúng ta có hại, người biết được như vậy cũng không nhiều.

Thế nào là có lợi? Có lợi là [những điều] người khác hoan hỷ tán thán, theo cách nói ngày nay là [người khác] đối với ta có ấn tượng tốt. Người khác đối với ta có ấn tượng tốt, ta làm việc cũng được thuận tiện dễ dàng, cũng được rất nhiều người hỗ trợ giúp đỡ.

Thế nào là có hại? Có hại là [những điều khiến] mọi người đối với ta có ấn tượng xấu, tạo ấn tượng xấu nơi người khác, tương lai làm việc tốt cũng không được người khác giúp đỡ hỗ trợ, lại cũng gặp nhiều chướng ngại. Ý nghĩa này cần phải hiểu rõ.

Cho nên, chúng ta không thể xem thường việc *"biết điều lỗi, biết điều thiện"*. Đây là việc rất quan trọng. Bồ Tát Đẳng Giác vẫn còn có lỗi, vẫn còn phải biết điều lỗi, vẫn phải biết điều thiện. Các ngài có lỗi gì? Chúng ta xem trong kinh thấy rằng, các ngài còn có một phẩm *vô minh sinh tướng* chưa phá trừ, nên các ngài vẫn còn lỗi, các ngài vẫn còn phải cầu học, cầu biết, làm thế nào để dứt trừ hết được một phẩm vô minh sinh tướng cuối cùng.

Đạt đến quả địa Như Lai mới không có lỗi, điều lỗi đã dứt hết, điều thiện đã trọn vẹn đầy đủ. Cho nên, Bồ Tát Đẳng Giác vẫn còn chưa trọn vẹn đầy đủ, vẫn còn có điều lỗi chưa trừ hết. Chúng ta phải hiểu rõ được ý nghĩa này, hiểu rõ được chân tướng sự thật này, phải giữ tâm khiêm hư cầu học.

Trong kinh Hoa Nghiêm, quý vị thấy các ngài Văn Thù, Phổ Hiền đều giữ tâm khiêm hư cầu học. Chúng ta sao có thể tự cho rằng mình đã học được tốt, tự cho rằng đã đến nơi đến chốn? Biểu hiện ra thái độ bên ngoài cống cao ngã mạn, đó là sai lầm.

Cho nên, các bậc hiền thánh xưa, Nho gia cũng như Phật gia, dạy dỗ trẻ con từ thuở vỡ lòng đã dạy đức khiêm nhượng. Trong sách Tam tự kinh chép: *"Dung tứ tuế, năng nhượng lê."* ([Khổng] Dung lúc bốn tuổi đã biết nhường quả lê.) Đó là giáo dục. Đứa trẻ bốn tuổi đã biết khiêm nhượng, người anh lớn ăn quả lê lớn, đứa em nhỏ hơn, ăn quả lê nhỏ. Giáo dục hiện tại không biết điều này. Khi ở Mỹ chính tôi đã thấy, đứa con với người cha tranh nhau xem tivi. Cả hai đều muốn xem, đứa con muốn xem cái tivi lớn, người cha hỏi: "Có tivi nhỏ ở bên kia, sao con không xem?" Đứa con trả lời: "Con muốn xem tivi lớn, bố là người lớn hãy xem tivi nhỏ." Quý vị xem đó, thật hết cách.

Không có sự dạy dỗ, không hiểu biết ý nghĩa [khiêm nhượng]. Xã hội ấy là cạnh tranh, một khi cạnh tranh là hỏng cả, xã hội vĩnh viễn loạn động, bất an. Đôi bên cạnh tranh nhau, đôi bên đều không chịu nhường nhịn, một chút lòng khiêm hư cũng không hề có, luôn tự cho mình là đúng, người khác là không bằng mình.

Chúng ta hôm nay đang làm việc gì? Chúng ta đang học Phật. Học Phật là làm những gì? Học Phật là làm việc cứu khổ cứu nạn. Khổ nạn từ đâu mà có? Khổ nạn là từ nơi tư tưởng mà có, từ nơi kiến giải mà có. Ngày nay cách nghĩ cách nhìn [của mọi người] đều sai trái, chúng ta nếu muốn giúp đỡ hỗ trợ họ thì tự mình trước hết phải nêu gương mẫu mực.

Đức Phật Thích-ca Mâu-ni muốn giúp đỡ hỗ trợ chúng sinh khổ nạn trong thế giới Ta-bà, không thể không thị hiện khổ hạnh. Người học Phật nhất định phải sống khổ nhọc như vậy hay sao? Không cần thiết. Trong kinh Hoa Nghiêm nói *"Lý sự vô ngại, sự sự vô ngại"*, lẽ nào nhất định phải sống khổ nhọc? Đức Phật vì sao nhất định phải sống khổ hạnh, đem mức sống vật chất của bản thân mình hạ xuống mức thấp nhất, là để cho người khác nhìn vào; lại đem đời sống tinh thần nâng lên đến mức cao nhất, mọi chuyện đều khiêm tốn hạ mình, lễ phép nhẫn nhượng, hết thảy việc tốt đều nhường cho người khác, tự mình lui lại ở địa vị thấp nhất.

Nếu theo cách nói của người thế gian thì đức Phật có được báo đáp hay không? Sự báo đáp đó chúng ta ai ai cũng đều thấy được. Sau mấy ngàn năm, khi nhắc đến đức Phật Thích-ca Mâu-ni, có ai không tôn kính? Những lời răn dạy của Ngài, có vị thiện tri thức nào lại không chịu vâng làm theo? Đó là sự báo đáp đối với khổ hạnh của đức Phật Thích-ca Mâu-ni, ân trạch của ngài vĩnh viễn lưu truyền trong thế gian.

Làm bậc mô phạm, bậc thầy của trời, người, đó là ngài nêu gương để chúng ta noi theo. Điều quan trọng thiết yếu nhất là nêu gương để người học noi theo. Chúng ta là người học, đều có thể noi theo khuôn mẫu của đức Phật, đều có thể thực sự nỗ lực hướng theo ngài học tập, rồi chúng ta lại nêu gương cho đại chúng trong xã hội noi theo.

Phải thực sự có tấm lòng chịu sửa lỗi, có tấm lòng chịu làm điều thiện. Người như thế, trong kinh Phật gọi là thiện nam tử, thiện nữ nhân. Thiện nam tử, thiện nữ nhân là những người thực sự có lòng sửa lỗi, tu thiện. Nếu muốn sửa lỗi, tu thiện thì phải cầu học, phải ghi nhớ. Khi chưa chứng đắc rốt ráo quả Phật viên mãn thì tất cả đều còn có lỗi lầm, đều có nhu cầu tất yếu phải tu thiện.

Chúng ta xem trong kinh điển thấy rằng, cho dù đã chứng đắc quả Phật viên mãn, việc dứt ác tu thiện cũng vẫn tiếp tục làm, không hề chấm dứt. Đó là làm việc gì? Đó là làm việc giáo hóa chúng sinh. Đức Phật đã dứt hết mọi điều ác, đã trọn vẹn đầy đủ mọi điều thiện, vì sao vẫn thị hiện dứt ác tu thiện? Đó là giáo dục. Quả thật là tự thân mình không còn điều ác, vẫn thị hiện tu tập dứt ác. Tự thân mình đã trọn vẹn đầy đủ mọi điều thiện, vẫn thị hiện tu thiện. Đó là từ bi đến mức cùng cực.

Từ chỗ này chúng ta mới thể hội được ân đức của Phật vượt hơn cả cha mẹ, không gì có thể so sánh được. Ơn Phật lớn lao, chúng ta làm thế nào báo đáp? Dùng cách gì để báo ơn Phật? Muốn báo ơn, quý vị trước phải biết ơn. Không biết ơn thì không thể nói đến chuyện báo ơn. Cho nên, trước hết quý vị phải biết ơn. Không có người dạy dỗ, chúng ta làm sao biết được ơn Phật? [Làm sao biết] Phật đối với chúng ta có ơn gì? Báo ơn Phật, chỉ có một phương pháp là y theo lời Phật dạy vâng làm. Đó là chân chính báo ơn Phật.

Hai câu tám chữ [*"Tri quá năng cải, tri thiện năng vi"* (Biết lỗi có thể sửa, biết thiện có thể làm)] là cương lĩnh tổng quát, trong Phật pháp gọi là pháp môn thâu nhiếp tất cả. Trong Phật pháp nói *"nhìn thấu, buông hết"*, nhìn thấu là biết; biết điều lỗi, biết điều thiện, đó là nhìn thấu. buông hết là sửa lỗi tu thiện, đó là công phu. Cho nên, hai câu này chúng ta phải ghi nhớ bền chặt trong lòng: *"Biết lỗi có thể sửa, biết thiện có thể làm."* Người như vậy chính là thánh hiền.

Phải từ đâu bắt đầu công phu? Phật dạy chúng ta bắt đầu từ mười nghiệp lành hạ thủ công phu. Đó là dạy cho tất cả đại chúng, giáo hóa hết thảy chúng sinh.

Biết lỗi, những gì là lỗi? Mười nghiệp ác là lỗi. Những gì là thiện? Mười nghiệp lành là thiện. Chúng ta đã quy y cửa Phật, phát tâm làm đệ tử Phật, Phật dạy chúng ta căn bản là Ba quy y, năm điều giới. Ba quy y là dạy chúng ta quay đầu, trong đó cũng có điều lỗi, cũng có điều thiện. Thế nào là lỗi? Mê muội, tà vạy, nhiễm ô, đó là lỗi. Thế nào là thiện? Giác ngộ, chân chính, thanh tịnh, đó là thiện. Ý nghĩa này rất sâu xa. Hết sức sâu xa!

Tập khí mê muội, tà vạy, nhiễm ô được nuôi dưỡng hình thành từ vô lượng kiếp. Trong đời này, có thể nói là từ lúc cha mẹ sinh ra cho đến hiện nay, chúng ta hết thảy đều sống tùy thuận theo mê muội, tà vạy, nhiễm ô. Thật sai lầm!

Muốn nhận biết, muốn nương theo giác ngộ, chân chính, thanh tịnh, chúng ta lại không biết về giác ngộ, chân chính, thanh tịnh. Những gì là giác ngộ, chân chính, thanh tịnh? Hết thảy những lời răn dạy của Phật trong kinh điển, đó là giác ngộ, chân chính, thanh tịnh. Cho nên, tôi thường khích lệ quý vị đồng học, kinh điển chính là tánh đức của chúng ta lưu xuất hiển lộ, chúng ta quyết định không thể xem đức Phật Thích-ca Mâu-ni như một con người bình thường. Như vậy là quý vị hoàn toàn nhìn nhận sai lầm. Đức Phật Thích-ca Mâu-ni là sự lưu xuất hiển lộ của tánh đức trọn vẹn đầy đủ. Là tánh đức của ai? Là tánh đức của chính tự thân ta.

Chúng ta mở to mắt nhìn cũng thấy được muôn loài chúng sinh ở khắp nơi tạo tác tội nghiệp. Muôn loài chúng sinh đó cũng là từ nơi tự tánh của chúng ta lưu xuất hiển lộ, là nơi tự tánh mê muội, tà vạy, nhiễm ô lưu xuất hiển lộ. Mê muội, tà vạy, nhiễm ô biến thành sáu đường [luân hồi]; giác ngộ, chân chính, thanh tịnh biến thành pháp giới nhất chân, biến thành bốn thánh pháp giới. Cho nên, khắp các pháp giới cùng tận hư không đều là một tự tánh. Ý nghĩa này rất sâu xa, người thấu hiểu được không nhiều.

Thế nhưng, việc tu học Đại thừa tất yếu phải thiết lập trên cơ sở quan niệm đó thì sự tu học mới ít gặp chướng ngại, mới dễ dàng nâng cao. [Phải nhận thức được rằng] khắp các pháp giới trong cùng tận hư không đều là một tự tánh. Chư Phật, Pháp thân Đại sĩ là sự lưu xuất hiển lộ của tánh đức viên mãn. Mười pháp giới, sáu đường luân hồi là sự lưu xuất hiển lộ của mê muội, tà vạy, nhiễm ô trong tánh đức.

Chúng ta làm sao sửa đổi được mê muội, tà vạy, nhiễm ô thành chân chánh, quay về nương theo giác ngộ, chân chính, thanh tịnh, đó là quý vị đã chân chánh quy y. Nương theo tự tánh Tam bảo, chúng ta mới có thể thực sự được cứu độ, rốt ráo được cứu độ. Cho nên: *"Biết lỗi có thể sửa lỗi thì không gì tốt hơn."*

Bài giảng thứ 120

(Giảng ngày 2 tháng 11 năm 1999 tại Hương Cảng, file thứ 121, số hồ sơ: 19-012-0121)

Thưa quý vị đồng học, cùng tất cả mọi người.

Đoạn thứ 57 trong *Cảm ứng thiên:* *"Tri quá bất cải. Tri thiện bất vi."* (Biết lỗi không sửa. Biết thiện không làm.) Tám chữ này, có thể nói là cương lĩnh chung, nguyên tắc chung cho việc giáo hóa hết thảy chúng sinh trong mười phương ba đời của tất cả hiền thánh thế gian và xuất thế gian, các tôn giáo, chư Phật, Bồ Tát. Đây cũng là điểm chung của tất cả các tôn giáo. Xuất phát từ điểm chung này thì có thể dung hợp thế gian và xuất thế gian, dung hợp các chủng tộc khác nhau, các nền văn hóa khác nhau, các tôn giáo khác nhau thành một thể thống nhất.

Có rất nhiều tiêu chuẩn phân biệt thiện ác, đó là do sự khác biệt về văn hóa mà thành. Thế nhưng, nói đến chỗ sâu xa tinh túy nhất thì nhất định là phải tương đồng nhau.

Đối với hai câu này, chúng ta đã thảo luận qua mấy lần rồi, nhưng nói thật ra thì mấy lần giảng cũng chưa đủ. Chúng ta suy ngẫm kỹ, đức Phật Thích-ca Mâu-ni trong 49 năm giảng kinh thuyết pháp, mỗi ngày đều giảng hai câu này, ngàn kinh muôn luận cũng không lìa khỏi nguyên tắc này.

Lỗi lầm thì nhiều đến vô lượng vô biên, việc thiện cũng nhiều vô lượng vô biên. Người đời ngu muội nhận thức không rõ ràng, đem những chuẩn mực thị phi, tà chánh, thiện ác làm đảo lộn, đó là chỗ sai rất lớn, là lỗi lầm rất lớn. Thế nhưng chư Phật, Bồ Tát, các bậc đại thánh đại hiền, đối với người đời không hề mảy may khởi tâm trách mắng. Đó là điều hoàn toàn khác biệt với người thường chúng ta. Các ngài được tôn xưng là đại thánh đại hiền chính do ở điểm này.

Chư Phật, Bồ Tát chỉ thuần một tâm chân thành từ bi, chỉ thuần một tâm thương yêu, nhìn thấy người đời tạo năm tội nghịch, tạo mười nghiệp ác, các ngài vẫn một lòng từ bi, vẫn một tâm chân thành, như trong kinh Vô Lượng Thọ nói: *"Tiên nhân bất thiện, vô hữu ngứ giả, thù vô quái dã."* ([Là do] thế hệ trước không tốt, không ai dạy bảo họ, hoàn toàn không trách họ.) *"Không trách"*, đó là điều chúng ta phải học tập theo.

Trong kinh Phật có dạy, người đời ai ai cũng là người tốt, ai ai cũng là người hiền. Kinh Vô Lượng Thọ là bộ kinh mọi người đều tụng đọc quá quen thuộc, trong đó dạy rất rõ ràng: *"Nhất thiết giai thành Phật."* (Hết thảy đều thành Phật.) Kinh Hoa Nghiêm, kinh Viên Giác còn nói thấu triệt hơn: *"Nhất thiết chúng sinh bản lai thành Phật."* (Hết thảy chúng sinh xưa nay vốn đã thành Phật.) Chúng ta cần phải ghi nhớ lời dạy chân thật này của đức Thế Tôn.

Trong ba điều phúc tạo nghiệp thanh tịnh, điều cuối cùng dạy chúng ta *"phát tâm Bồ-đề, tin sâu nhân quả"*. Phát tâm Bồ-đề là phải phát tâm triệt để giác ngộ. *Tin sâu nhân quả* thì những gì là nhân quả? *"Niệm Phật là nhân, thành Phật là quả."*

Về niệm Phật, phải niệm như thế nào? Cách đây mấy hôm có đồng tu đến hỏi tôi. Tôi cũng đã nói qua mấy lần rồi, lại nói thêm mấy lần để quý vị đồng tu có ấn tượng sâu sắc hơn.

Khi tôi niệm Phật, tôi thấy khắp các pháp giới trong hư không, hết thảy mọi người, hết thảy mọi việc, hết thảy mọi vật, không một đối tượng nào không phải Phật A-di-đà. Người người đều là Phật A-di-đà, chuyện gì cũng là Phật

A-di-đà, muôn vật đều là Phật A-di-đà. Tôi niệm Phật theo cách như vậy.

Tôi học cách niệm như vậy từ đâu? Là học từ kinh Vô Lượng Thọ, học từ kinh A-di-đà. [Trong kinh nói] y báo, chính báo trang nghiêm nơi thế giới Tây phương Cực Lạc đều do Phật A-di-đà biến hóa ra. Phật A-di-đà là ai? Chính là tự tính của mỗi người. Tôi hiểu rõ được ý nghĩa đó, sáng tỏ được chân tướng sự thật đó rồi mới hốt nhiên đại ngộ, biết rằng trong cùng tận hư không, biến khắp pháp giới, như kinh Hoa Nghiêm đã dạy, đều là *do tâm hiển hiện, do thức biến hóa*. Tự tâm là vô lượng vô biên trí tuệ, là vô lượng vô biên đức tướng, danh hiệu của tâm cũng là A-di-đà. Cho nên, hiện nay tôi niệm Phật so với trước đây có khác biệt, không cùng một phương pháp, [hiện nay] tôi niệm Phật được thân tâm tự tại, pháp hỷ đầy đủ.

Các bậc tổ sư đại đức dạy chúng ta, tu hành phải bắt đầu tu từ căn bản, sửa lỗi phải sửa từ căn bản, làm việc thiện cũng phải bắt đầu làm từ căn bản. Như vậy thì quý vị thành tựu rất nhanh, đâu cần phải tu đến ba đại a-tăng-kỳ kiếp! Chúng sinh thành Phật đều chỉ trong khoảng thời gian một niệm, đó là xem nơi ý niệm của quý vị có thể chuyển hóa thay đổi hay không.

Bồ Tát Văn Thù thưa hỏi Thế Tôn rất hay, một người khi tuổi còn trẻ tạo nghiệp xấu ác, đến lúc tuổi già lo tu hành, có thể thành Phật được chăng? Đức Thế Tôn đáp rất hay: *"Biển khổ vô biên, quay đầu là bờ."*

Chúng ta phải dùng tâm Phật, dùng tâm Phật là dùng chân tâm, dùng tâm giác ngộ viên mãn mà nhìn người, nhìn việc. Phật nhìn theo cách như thế nào? Chỉ luận việc trước mắt, không bàn đến quá khứ. Việc trước mắt tức là trong hiện tại, quá khứ không cần truy cứu, quá khứ không cần nghĩ đến. Nghĩ đến quá khứ, nghĩ đến tương lai đều là vọng tưởng. Nếu sống với những khái niệm về quá khứ, về tương lai thì quý vị không thể thoát ra khỏi luân hồi, không thoát ra khỏi mười pháp giới. Vì sao vậy? Sáu đường luân hồi với mười pháp giới đều là huyễn tướng do vọng tưởng, phân biệt bám chấp của chúng sinh biến hiện ra, không phải chân thật. Kinh Kim Cang đã dạy chúng ta rằng, y báo, chánh báo trang nghiêm của mười pháp giới đều là mộng huyễn, là bọt nước. Đức Phật dạy điều này là chân thật.

Đã là mộng huyễn, bọt nước mà quý vị lại nghĩ tưởng đến, lại phân biệt bám chấp vào đó, chẳng phải đã sai lầm đến mức cùng cực rồi sao? Quý vị đang củng cố vững chắc thêm ba cõi ác trong sáu đường, quý vị làm sao có thể thoát ra khỏi đó? Cho nên Phật dạy chúng ta, việc này phải từ nơi căn bản mà khởi sự công phu, lìa hết thảy vọng tưởng, phân biệt bám chấp. Không chỉ sáu đường là không thật có, cho đến mười pháp giới cũng không thật có. Cảnh giới trong hiện tiền, chính là cảnh giới chư Phật Như Lai.

Chúng ta phải hiểu rõ được ý nghĩa này, phải thực hiện một sự chuyển biến lớn lao, chuyển tâm phàm làm tâm Phật, chuyển cảnh phàm thành cảnh giới Phật. Kinh Hoa Nghiêm giảng về cảnh giới Phật Hoa Nghiêm, sự chuyển biến này là trong khoảng thời gian của một ý niệm. Một niệm mê thì tất cả đều mê, một niệm ngộ thì hết thảy đều ngộ. Chư Phật, Bồ Tát trong kinh luận đều nói, nói rất dễ hiểu, chúng ta vừa nghe qua dường như đã hiểu được ngay, kỳ thật chưa phải là thật hiểu.

Vì sao vậy? Nếu thật sự hiểu, quý vị nhất định phải chuyển hóa được, thay đổi được. Điểm này, chúng ta tu học thì trong lòng không thể không lưu ý. Cảnh giới của chúng ta vẫn chưa chuyển hóa được, như vậy là chưa hiểu rõ, chưa thể hội thấu triệt lời Phật dạy, không hề thâm nhập được. Nếu thực sự hiểu được rõ ràng, sáng tỏ thì trong khoảng thời gian một sát-na liền chuyển hóa được ngay, thực sự không cần dùng đến mảy may sức lực.

Chuyển hóa không được thì phải làm sao? Phải học, chỉ có một phương pháp duy nhất là phải ham học, phải thực sự nỗ lực cầu học. Học bằng cách nào? Các bậc tổ sư, đại đức dạy chúng ta phải *"vào sâu một pháp, huân tu lâu dài"*. Vào sâu một pháp, huân tu lâu dài chính là thực hành công phu *giới, định, tuệ. Giới* là giữ theo quy củ. Dạy quý vị tu theo một pháp, đó là quy củ. Dạy quý vị dành thời gian lâu dài theo học một pháp môn, đó cũng là quy củ.

Vì sao dạy quý vị chỉ học một pháp môn, không dạy quý vị học nhiều pháp môn? Vì một pháp môn thì dễ dàng chuyên tâm, dễ dàng đạt định. Nói cách khác, dễ dàng dứt trừ phiền não, dứt trừ vọng tưởng, phân biệt bám chấp của quý vị. Dụng ý là ở chỗ này. Khi phân biệt, vọng tưởng bám chấp của quý vị đã thực sự dứt trừ, không còn khởi sinh trở lại được nữa, đó gọi là đạt định.

Trong trạng thái định không có phân biệt, không có bám chấp. Nói chung nếu có phân biệt, có bám chấp thì không đạt định. Định là tâm bình đẳng, là tâm thanh tịnh. Có bám chấp thì tâm quý vị không thanh tịnh; có phân biệt thì tâm quý vị không bình đẳng. Cho nên, phương pháp này là phương pháp tu định.

Đạt định đến một trình độ nhất định thì trí tuệ khai mở. Kinh Lăng Nghiêm nói rất hay: *"Thanh tịnh hết mức thì sáng suốt thông đạt."* Tâm địa thanh tịnh đến mức cùng cực, chỗ cùng cực đó cũng có sâu cạn khác nhau, chúng ta xem trong kinh Hoa Nghiêm thấy được. Bồ Tát Sơ trụ của Viên giáo đạt định đến mức cùng cực, cũng sáng suốt thông đạt. Sáng suốt thông đạt là thấy tánh. Sự sáng suốt đó chiếu phá vô minh, thấy được tự tánh. Thế nhưng công phu của Bồ Tát ở địa vị này còn cạn, chỉ mới phá được một phẩm vô minh, chỉ thấy được một phần chân tính. Tiếp theo sau còn phải phá hết 41 phẩm vô minh nữa mới đạt đến quả vị rốt ráo Như Lai. Cho nên, trong chỗ thanh tịnh cùng cực này có đến 41 mức độ [sâu cạn khác nhau], đều gọi là cùng cực, đều là sáng suốt thông đạt.

Đến lúc ấy, vô lượng vô biên pháp môn đều thông đạt hết thảy, có cần phải học nữa không? Không cần phải học. Vì sao không cần học? Vì một là tất cả, tất cả là một, cho nên một pháp đã thông đạt thì hết thảy các pháp đều thông đạt, một pháp môn đã khế nhập thì hết thảy các pháp môn đều đạt được.

Ý nghĩa này chúng ta ngày nay đều hiểu rõ, nhưng vận dụng vào thực tế thì sao? Còn phải xem nơi công hạnh của bản thân quý vị. Công hạnh, nói thật ra chính là phải đem chỗ hiểu biết, niềm tin của quý vị vận dụng vào trong đời sống hằng ngày. Đó là công hạnh.

Tín, giải, hành (tin, hiểu và thực hành) dung hợp thành một thể, đó gọi là *chứng*. *Chứng* tức là khế nhập. Phẩm cuối cùng của kinh Hoa Nghiêm là Nhập Pháp Giới. Nhập như thế nào? *Tín, giải, hành* dung hợp thành một, đó là *nhập*, tức là chứng nhập. Khó khăn của chúng ta ngày nay nằm ở chỗ nào? Chính là ở chỗ *tín, giải, hành* phân chia làm ba, chẳng phải một, cho nên vĩnh viễn không thể khế nhập, vĩnh viễn không được thực sự lợi ích. Thực sự lợi ích là tự tại vô ngại, pháp hỷ đầy đủ.

Chúng ta đem giáo pháp một đời của đức Thế Tôn, những gì ngài thuyết giảng trong 49 năm, quy kết lại trong [hai câu] mười điều là:

[Chân thành, thanh tịnh, bình đẳng, chánh giác, từ bi.

Nhìn thấu, buông hết, tự tại, tùy duyên, niệm Phật.]

Chân thành đầy đủ khắp các pháp giới trong hư không. Tâm chân thành, tâm thanh tịnh cũng là trọn vẹn đầy đủ trong hư không, phổ biến khắp pháp giới. Tâm bình đẳng, tâm chánh giác, tâm từ bi, không một tâm nào không đầy khắp hư không, phổ biến khắp pháp giới. Vận dụng vào cảnh giới đời sống thực tế của chúng ta, *nhìn thấy* cũng là cùng tận hư không, biến khắp pháp giới. *Buông bỏ, tự tại, tùy duyên,* hết thảy cũng là đầy khắp hư không, biến khắp pháp giới. Đó gọi là *niệm Phật.* Niệm Phật như vậy là đã thành Phật.

Tôi xin đem chút tâm đắc nhỏ nhoi của bản thân mình trong sự tu học trình ra với quý vị đồng học để mọi người tham khảo, cũng là vì mọi người chứng minh rằng việc *"tin sâu nhân quả, niệm Phật thành Phật"* là ngàn vạn lần chính xác, đích thực không sai. Chỗ bắt đầu hạ thủ công phu chính là *"biết lỗi có thể sửa, biết thiện chịu làm".*

Đức Thế Tôn dạy chúng ta tiêu chuẩn phân biệt thiện ác thấp nhất là điều thứ nhất trong ba điều phúc tạo nghiệp thanh tịnh: *"Hiếu dưỡng cha mẹ, phụng sự bậc sư trưởng, giữ tâm từ không giết hại, tu mười nghiệp lành."* Những việc này nhất định phải vận dụng vào thực tế. Nếu như còn chưa vận dụng được những điều này vào thực tế thì bất kể tu học pháp môn nào cũng đều không được lợi ích, đều không được thành tựu.

Pháp cao trổi không lìa pháp thấp nhỏ. Pháp cao, pháp thấp vốn là một, chẳng phải hai. Hy vọng quý vị đồng tu suy ngẫm thật sâu xa ý nghĩa này, thực sự nỗ lực học tập.

Hôm nay giảng đến đây thôi.

Bài giảng thứ 121

(Giảng ngày 3 tháng 11 năm 1999 tại Hương Cảng, file thứ 122, số hồ sơ: 19-012-0122)

Thưa quý vị đồng học, cùng tất cả mọi người.

Về câu *"Tri quá bất cải. Tri thiện bất vi"* (Biết lỗi không sửa. Biết thiện không làm), trong sách *Vị biên* trích dẫn một đoạn khai thị của thiền sư Thiên Như đời Nguyên. Đoạn văn khai thị này rất dài, ý nghĩa nói về một bài kệ của người xưa:

Ngã kiến tha nhân tử,
Ngã tâm nhiệt như hỏa.
Bất thị nhiệt tha nhân,
Khán khán luân đáo ngã.

(Ta thấy người khác chết,
Lòng ta như lửa đốt.
Không phải nóng vì người,
Thấy phiên mình sẽ tới.)

Bài kệ này cảnh giác cao độ người tu hành. Lời như vậy vẫn thường nghe nói, có ai lại không biết? Có ai không nói ra được? Nhưng thiền sư nói rất hay: *"Những đức lớn trong hiện tại, đa phần đều nhờ việc hạ thủ công phu mà có."*

Như trước đây từng kể qua chuyện Tào Hàn đời Tống. Trong một kiếp trước, ông sinh vào đời Đường, một lần được nghe Pháp sư giảng kinh, vừa nghe xong hết sức hoan hỷ liền dọn cơm chay cúng dường chúng tăng. Chỉ nhờ một việc thiện ấy mà trải qua nhiều kiếp ông không bị mất thân người, đều có cuộc sống tốt đẹp, đến đời Tống thì ông làm một vị tướng quân.

Do đó có thể biết rằng, người đời hiện nay được giàu sang phú quý, nhất định là do trong quá khứ đã từng tu tích phước báo chân thật. Cơ duyên tu tích phước báo chân thật rất khó gặp. Khi gặp được cơ duyên mà không biết tu phúc thì thật đáng tiếc. Đặc biệt trong kinh điển Phật đã dạy, chúng ta tin tưởng lời Phật là chân thật, những người tu hành hết thảy đều là từ vô lượng kiếp đến nay đã nhiều đời nhiều kiếp tu tập bố thí cúng dường, nghe pháp tu hành. Nếu không có những căn lành phước đức nhân duyên như vậy, trong đời xấu ác có năm sự uế trược như hiện nay quý vị làm sao được thân người, được nghe Chánh pháp? Nhân duyên như vậy thật vô cùng hiếm có! Bậc cổ đức tán thán đó là *"từ vô lượng kiếp đến nay, hiếm có khó gặp"*. Lời này hoàn toàn không phải nói quá, đích thực là lời vô cùng chân thật. Thế nhưng chúng ta lại không hề quan tâm đến.

Vì sao chúng ta tu hành, công phu vẫn cứ như xưa không hiệu quả? Nguyên nhân là không buông bỏ triệt để. Cho dù mỗi ngày đều có công phu, mỗi ngày đều tu học, lỗi lầm là ở chỗ nào? Lỗi lầm ở chỗ là không tinh tấn, không dũng mãnh, không kiên định, không bền bỉ, không hề phát tâm dài lâu. Không thể nói là quý vị không phát tâm, thế nhưng sau khi phát tâm rồi thì hết sức dễ dàng thối thất. Khiếm khuyết của chúng ta chính là ở chỗ này. Lỗi lầm ta có biết hay không? Quả thật có biết, nhưng biết mà không thể sửa. Điều thiện ta có biết hay không? Quả thật có biết, nhưng biết mà không chịu làm.

Vì sao biết mà không chịu làm? Điều này tôi cũng thường nhắc đến, khi tôi mới học Phật, hơn hai mươi tuổi, từng đem vấn đề này thưa hỏi Đại sư Chương Gia. Đại sư bảo tôi: *"Là do biết không triệt để."* Tôi suy ngẫm thấy quả là rất đúng. Thầy cũng dạy tôi, nền giáo dục của đạo Phật là *"tri nan hành dị"* (khó biết, dễ thực hành). Câu này khiến tôi có ấn tượng cực kỳ sâu sắc. *"Tri"*, quả thật là rất khó. Đức Thế

Tôn thuyết pháp trong 49 năm, chính là hy vọng mọi người biết được chân tướng sự thật này, sáng tỏ được ý nghĩa này. *"Hành"*, nói thật ra là chỉ trong khoảng thời gian một niệm, một niệm ấy vừa chuyển đổi liền tự thân thành Phật. Đức Thế Tôn tự thân mình làm mẫu mực cho chúng ta, ta cũng thấy được Đồng tử Thiện Tài [trong kinh Hoa Nghiêm] thành tựu ngay trong một đời. Trong kinh Pháp Hoa, Long nữ tám tuổi thành Phật, chứng minh việc thực hành [đạo Phật] không khó.

Quý vị vì sao không chịu thực hành? Vì chỗ biết của quý vị không thấu triệt, quý vị biết nhưng chỉ hiểu được một phần. Nếu quả thật đã hiểu biết được thấu triệt, sáng tỏ, đâu có lý nào lại không buông xả! Người đã thực sự hiểu biết sáng tỏ thì triệt để buông xả, vĩnh viễn không thay đổi nữa. Trong kinh điển đức Phật ngợi khen tán thán người như vậy thực sự là bậc trượng phu, là đại trượng phu. Đích thực gọi là anh hùng hào kiệt.

Thế nhưng, chúng ta lưu tâm quan sát kỹ, người tu hành trong thế gian này, được mấy người có thể giữ lòng trước sau không thay đổi? Thiền sư Thiên Như nói rất hay, trong mười người thì đã hết chục người thối thất tâm đạo!

Theo ngài thì việc thối thất tâm đạo là do nhân duyên gì? Là do có nhân duyên thối thất. *"Nhân"* là như vừa nói trước, người tu hành đối với chân tướng sự thật, ý nghĩa của nhân sinh vũ trụ không thực sự hiểu biết sáng tỏ. Đó là nhân. *"Duyên"* là trong tự tâm thì chất chứa phiền não tham sân si, tự tư tự lợi, hoàn cảnh bên ngoài thì năm món dục trong sáu trần cảnh dẫn dụ mê hoặc. Đó là duyên. Duyên ở nội tâm, duyên nơi ngoại cảnh đều là bất thiện, người tu làm sao không thối chuyển? Thiền sư ở chỗ này giảng giải với chúng ta về các duyên. Ngài nói, có ba loại duyên, thảy đều là những sự tướng chân thật.

Duyên thứ nhất là *"trói buộc vì thân, miệng"*. Vì muốn được ăn ngon, muốn sống an nhàn sung sướng, như chúng ta ngày nay nói là chạy theo sự hưởng thụ vật chất, danh văn lợi dưỡng, tham cầu năm món dục trong sáu trần cảnh, vì tất cả những điều ấy trói buộc, dù người xuất gia hay tại gia cũng đều rơi vào chỗ này.

Duyên thứ hai nói về người tại gia, có quyến thuộc người thân nên *"trói buộc vì quyến thuộc"*, phải nuôi dưỡng gia đình nên *"trói buộc vì sinh kế gia đình"*. Sau khi xuất gia lẽ ra phải buông bỏ hết tất cả, nhưng chỉ tiếc là [nhiều người] thân xuất gia nhưng tâm không xuất gia, vẫn giữ nguyên vẹn không hề buông xả danh văn lợi dưỡng, suốt ngày đắm chìm trong danh lợi làm nguồn sống, do đó mà thối thất tâm đạo.

[Theo thiền sư thì] những tập khí phiền não như vậy *"trói buộc, giết chết người trong thiên hạ"*, khiến cho họ *"bận rộn suốt một đời, rối ren suốt một đời, khổ não suốt một đời"*, để rồi cuối cùng *"uổng phí cả một đời"*. Huống chi là trong một đời này lại còn *"sinh khởi vô lượng tham sân si, tạo tác vô số nghiệp ác lớn nhỏ"*. Nghiệp ác đều có quả báo, quả báo đó ở trong ba đường ác. Trong biển khổ ba đường ác, tám nan xứ,[1] luân hồi sinh tử, chịu khổ não vô lượng vô biên, không được giải thoát.

---

[1] Tám nan xứ: có nghĩa là tám điều kiện khó tu tập Phật pháp, và vì khó tu tập Phật pháp nên sẽ dẫn đến việc tạo tác vô số nghiệp ác. Tám nan xứ đó là: 1. Sinh vào địa ngục, 2. Sinh vào cõi ngạ quỷ, 3. Sinh làm súc sinh (thú vật). Ba hoàn cảnh này do khổ não, do không có trí tuệ nên không thể tu tập Phật pháp. 4. Sinh lên cõi trời Trường thọ, do quá sung sướng và tuổi thọ lâu dài nên rất khó khởi tâm tu tập. 5. Sinh vào nơi biên địa, tức là những vùng xa xôi hẻo lánh, thiếu điều kiện học tập văn hóa, văn minh, do đó cũng khó được tiếp cận và tu tập Phật pháp. 6. Sinh làm người căn khuyết, nghĩa là không đầy đủ các căn, bị tật nguyền, như mù, câm, điếc... do đó khó tu tập Phật pháp. 7. Sinh làm người tin theo tà kiến, 8. Sinh vào thời không gặp Phật.

Đức Phật vì chúng ta giảng kinh thuyết pháp, các vị tổ sư đại đức từ bi khó nhọc răn dạy, thế mà trước sau vẫn chưa từng tỉnh ngộ. Đó là do nguyên nhân gì? Nếu chúng ta lưu tâm suy xét, tìm kiếm thì sẽ thấy nguyên nhân đó chính là do không vận dụng những chỗ học được vào thực tế. Nếu như có vận dụng được một phần vào thực tế, liền sẽ có một phần lợi lạc, có vài phần vận dụng thực tế sẽ được vài phần lợi lạc. Cho nên, đức Thế Tôn trong kinh luận đã không biết bao nhiêu lần cảnh tỉnh, nhắc nhở chúng ta phải *"thọ trì, tụng đọc, vì người diễn nói"*. Câu này chính là nói phải vận dụng vào thực tế.

Quý vị nghe pháp rồi, có hiểu được rõ ràng hay không? Không hoàn toàn hiểu được tất cả, chỉ hiểu được một vài câu, như vậy là tốt rồi. Quý vị đem một vài câu đã hiểu được đó vận dụng vào thực tế, quý vị liền được lợi lạc. Cho nên, không nhất thiết phải hoàn toàn hiểu rõ tất cả. Hoàn toàn hiểu rõ tất cả là chuyện không thể, nhưng hiểu được một vài câu thì ai ai cũng có thể làm được.

Nói cách khác, quý vị phải làm sao mang những điều đã hiểu ra thực hành, đó gọi là thật học, đó là công phu, đó là chân thật lợi ích. Thường xuyên nghe kinh, nghe pháp, mỗi ngày có thể hiểu rõ được một vài câu, cứ như vậy tích lũy trong năm ba năm thì người ấy có thể khai ngộ.

Nhưng chúng ta cũng thường thường nghe kinh, không chỉ năm ba năm [mà còn nhiều hơn thế], chúng ta cũng có phần hiểu được, vì sao không khai ngộ? Vì cửa ngõ giác ngộ bị phiền não che bít mất rồi, cửa ngõ giác ngộ bị những ý niệm tự tư tự lợi phủ kín, lại không có sự vận dụng vào thực tế.

Chúng ta mỗi ngày nếu nghe hiểu được một câu, liền mang câu ấy vận dụng ngay vào thực tế, ngày mai lại hiểu thêm được một câu khác, lại cũng mang câu ấy ra vận dụng vào thực tế. Người như vậy mới có thể khai ngộ.

Nghe hiểu rõ ràng nhưng không vận dụng được vào thực tế, không làm được, so ra cũng không khác gì những người nghe không hiểu, không khác gì với những người không tin Phật.

Ví như quý vị giảng nói được, quý vị giảng nói được thì có ích gì? Chỉ là cái học ghi nhớ, nghe lại từ người khác. Cái học ghi nhớ không thể vận dụng vào thực tế. Nếu có thể vận dụng vào thực tế thì cái học ghi nhớ đó mới thành thật học. Trong chuyện này có sự khác biệt, chúng ta nhất định phải phân biệt rõ ràng.

Trong kinh đức Phật dạy rất rõ ràng, nhưng lời dạy này không dễ dàng hiểu được. Phật dạy rằng thân thể này của ta cho đến quyến thuộc, gia đình, mở rộng ra là cả thế giới, thảy đều không phải tự thân ta. Cho nên Phật dạy chúng ta từ thân tâm cho đến thế giới hết thảy đều buông xả. Vì sao vậy? Vì những thứ đó đều là hư vọng. Ý nghĩa này hết sức thâm sâu.

Đức Phật vì muốn nói rõ việc này, muốn làm sáng tỏ việc này, đã dùng đến thời gian 22 năm để giảng kinh Bát-nhã. Cương lĩnh tổng quát của 22 năm giảng kinh Bát-nhã là gì? Đó là mấy câu đã được nói trong kinh Kim Cang: "Phàm sở hữu tướng giai thị hư vọng" (Hết thảy những gì có hình tướng đều là hư vọng) và *"Nhất thiết hữu vi pháp, như mộng ảo bào ảnh, Như lộ diệc như điển, ưng tác như thị quán."* (Hết thảy pháp hữu vi, như mộng huyễn, bọt nước, như sương sa, điện chớp, nên quán chiếu như vậy.)

Nếu quý vị thực sự hiểu rõ, thực sự sáng tỏ [những ý nghĩa này], quý vị sẽ tự nhiên buông xả hết, buông xả đến triệt để, buông xả đến rốt ráo, không còn tìm thấy tự kỷ nữa. Tự kỷ [thực ra] là gì? Chính là chân như tự tính, trong Thiền tông gọi là tâm ý sáng tỏ thấy được tự tính, thấy tính thành Phật. Nếu quý vị không thể một lần buông xả hết cả thân tâm thế giới, thì quý vị vĩnh viễn không thấy được tự tính. Tự tính sẽ bị những thứ chướng ngại này khác lấp đầy, bị những thứ mông muội tối tăm che lấp.

Kinh Kim Cang nói *"hết thảy các pháp hữu vi"*, trong pháp hữu vi bao hàm bốn [nhóm] pháp đầu tiên của một trăm pháp [là *tâm pháp, tâm sở pháp, sắc pháp* và *tâm bất tương ưng hành pháp*]. Đầu tiên hết là *tâm pháp*, cho nên tâm phải buông xả. Tâm [ở đây] là gì? Là vọng tưởng, phân biệt, bám chấp. Vọng tưởng là a-lại-da thức, phân biệt là thức thứ sáu hay ý thức, bám chấp là mạt-na thức. Cho nên, vọng tưởng, phân biệt, bám chấp chính là a-lại-da thức, mạt-na thức và ý thức. Đó là *tâm pháp*. Thân và thế giới là *sắc pháp*, rồi còn có *tâm sở pháp* và *bất tương ưng hành pháp*. Cả bốn nhóm pháp này gọi chung là pháp hữu vi, toàn là hư giả, không chân thật. Chúng sinh trong sáu đường [luân hồi] đều mê lấp giữa các pháp [hư giả] này, cho đó là chân thật, [đối với pháp] chân thật thì hoàn toàn không nhận thức được.

Chư Phật, Bồ Tát vì chúng ta giảng giải, nói rõ, nhưng chúng ta nghe qua không chịu tin nhận hoàn toàn, không chịu y theo lời dạy của chư Phật, Bồ Tát mà làm, cho nên những gì chân thật vĩnh viễn không thể hiển hiện, những gì hư giả thì vĩnh viễn không thể xa lìa. Tu hành theo cách trì trệ chậm lụt như thế, đời này sang đời khác từ vô lượng kiếp đến nay không thể chứng quả, không thể đạt được lợi ích chân thật từ Phật pháp. Quý vị nói xem, thật quá đáng tiếc, thật quá oan uổng.

Đến bao giờ thì chúng ta mới có thể tỉnh ngộ? Chỉ có duy nhất một biện pháp, là phải mang những điều quý vị đã học được ra thực hành, vận dụng vào thực tế. Như vậy thì quý vị mới tỉnh ngộ. Quý vị thực hành được một phần sẽ giác ngộ một phần, thực hành đôi phần thì giác ngộ đôi phần. Thực sự giác ngộ rồi thì không còn mê luyến thân tâm, thế giới. Nói cách khác, phân biệt, bám chấp sẽ dần dần, dần dần giảm nhẹ đi, trí tuệ mỗi ngày, mỗi ngày dần tăng trưởng, trí tuệ khai mở.

Đến khi nào phân biệt, bám chấp hoàn toàn không còn nữa, khi ấy chúc mừng quý vị, quý vị đã thấy được tự tính, tâm ý đã sáng tỏ thấy được tự tính. Đối với chân tướng của vũ trụ nhân sinh, quý vị đã chứng đắc được. Thực sự đã sáng tỏ rõ ràng, đó gọi là *"thấy tánh thành Phật"*, thành tựu trí tuệ chân thật viên mãn, thành tựu đức hạnh chân thật viên mãn. Người như vậy gọi là tự cứu độ mình, cứu độ người khác. Người như vậy được tôn xưng là Phật, là Bồ Tát.

Cho nên, xét tận cội nguồn chính là từ nơi *"biết lỗi phải sửa, biết thiện phải làm"*.

Bài giảng thứ 122

(Giảng ngày 4 tháng 11 năm 1999 tại Hương Cảng, file thứ 123, số hồ sơ: 19-012-0123)

Thưa quý vị đồng học, cùng tất cả mọi người.

Chúng ta đã giảng đến đoạn thứ 57 trong *Cảm ứng thiên*: *"Tri quá bất cải. Tri thiện bất vi."* (Biết lỗi không sửa. Biết thiện không làm.)

Hai câu này ý tứ cực kỳ thâm sâu. Phần chú giải trong sách *Vị biên* cũng rất hay, đặc biệt là đoạn khai thị của thiền sư Thiên Như, rất đáng để chúng ta lưu tâm cảnh tỉnh. Tổng kết ý nghĩa của đoạn khai thị này là điều mà Bồ Tát Phổ Hiền đã dạy chúng ta: *"Hằng thuận chúng sinh, tùy hỷ công đức."* (Thường tùy thuận chúng sinh, vui theo công đức [người khác]."

Người sống ở đời, mạng sống vô cùng ngắn ngủi, tạm bợ. Thế nhưng cơ hội [được làm người] là vô cùng quý báu. Trong thời gian sống ngắn ngủi tạm bợ này, nếu tu thiện sẽ được phước báo vô cùng, nếu tạo ác cũng phải lãnh chịu tai họa không cùng tận. Cho nên, chúng ta phải biết quý tiếc thời gian [được sống] ngắn ngủi tạm bợ này. Đây là then chốt cốt yếu trong việc quyết định những điều lành dữ, tốt xấu của đời sau, có quan hệ vô cùng lớn lao quan trọng.

Cho nên, chư Phật, Bồ Tát không một vị nào không ứng thân hóa hiện đến thế gian này, giúp đỡ hỗ trợ chúng sinh dứt ác tu thiện, giúp đỡ hỗ trợ chúng sinh phá mê khai ngộ. Chúng sinh [được giúp đỡ] có thể vĩnh viễn thoát khỏi biển khổ trầm luân, thành Phật thành thánh, nên đây cũng là một cơ duyên hết sức tốt đẹp. Nếu thực sự hiểu rõ được ý nghĩa lớn lao trong lời Phật dạy, một niệm quay đầu hướng thiện, liền tức khắc vượt thoát mười pháp giới. Vì thế, cơ duyên này thật rất đáng quý.

Phần cuối đoạn chú giải [trong sách *Vị biên*] dẫn một câu chuyện xưa. Đời nhà Chu, Tề Hoàn công đi qua vùng phế tích của nước Quách, trong lòng hết sức cảm thán, liền hỏi một cụ già nơi ấy: *"Nước Quách vì sao đến nỗi diệt vong?"*

Cụ già đáp: *"[Vì vua nước Quách] ưa điều thiện mà ghét điều ác."*

Tề Hoàn công hỏi: *"Ưa điều thiện, ghét điều ác, sao lại đến nỗi bại vong thế này?"*

Cụ già giải thích: *"Vì ưa điều thiện nhưng không làm được, ghét điều ác nhưng không trừ bỏ được."*

Hai câu này chúng ta phải ghi nhớ. Ưa thích điều thiện, đó là đã biết được điều thiện, tiếp đến phải thực hành điều thiện. Biết điều thiện, lẽ ra phải làm điều thiện, [nhưng vua nước Quách] không chịu làm, đó là sai lầm. Biết điều ác, lẽ ra phải sửa đổi điều ác, [nhưng vua nước Quách] không chịu sửa đổi. Do đó mà đất nước diệt vong.

Nhưng chỉ vậy thôi thì cũng không xem là chuyện lớn, vì chẳng qua chỉ là một đời. Nếu có trí tuệ Phật, đem cách nhìn của Phật mà xét việc này, vấn đề mới nghiêm trọng. Đánh mất đi một cơ duyên tốt đẹp, trong một đời tạo tác vô lượng vô biên tội nghiệp lớn nhỏ, [dẫn đến] tai họa, hoạn nạn không cùng tận, quý vị sẽ chiêu cảm những điều không vừa ý trong nhiều đời sau nữa.

Con người vì sao không chịu nhẫn nhịn trong nhất thời? Một đời này chỉ là nhất thời, thời gian mấy mươi năm có là bao, chớp mắt đã là quá khứ. Tôi có người bạn học, hơn nữa lúc đi học còn ngồi chung một bàn học, nay là hiệu trưởng ở Nam Kinh. Hồi ấy chưa đến hai mươi tuổi, ngày nay gặp lại cùng ngồi bên nhau đã qua hơn năm mươi năm rồi. Nhớ lại những việc ngày trước, cảm giác hệt như vừa mới hôm qua thôi. Quý vị nói xem, mạng sống này ngắn ngủi tạm bợ biết bao!

Phật dạy: *"Thế gian vô thường, cõi nước này mong manh dễ mất."* Cụ già kia nói: *"Ưa điều thiện mà ghét điều ác."* Đó đều là những danh ngôn chí lý, chúng ta phải luôn ghi nhớ trong lòng.

Chư Phật, Bồ Tát khác biệt với phàm phu ở chỗ nào? Khởi tâm động niệm đều vì bản thân mình, trong lòng tràn ngập tham sân si mạn, đó là phàm phu. Khởi tâm động niệm đều vì hết thảy chúng sinh, trong tâm chân thành, thanh tịnh, bình đẳng, từ bi, đầy khắp hư không, phổ biến khắp pháp giới, người như vậy là Phật, là Bồ Tát.

Phàm phu với Phật chỉ [thay đổi] trong khoảng thời gian một ý niệm. Một niệm chuyển hóa thay đổi được, hành vi liền chuyển đổi theo. Hành vi của chư Phật, Bồ Tát, khi tôi giảng kinh vẫn thường nói, từng giây từng phút luôn nhắc nhở quý vị đồng tu, [đó là] khởi tâm động niệm, nói năng hành động luôn vì người đời nêu gương mẫu mực.

Những điều biểu hiện của chúng ta, có thiện, có ác, mọi người đều thấy rõ. Mọi người thấy là thiện thì ta phải duy trì, không để thiện hạnh đó mất đi. Mọi người thấy là xấu ác thì ta phải mau mau phản tỉnh, [xem lại] điều này có thực sự xấu ác hay không? Nếu quả là xấu ác, phải gấp rút, nhanh chóng sửa đổi. Nếu không thực sự là điều xấu ác thì hẳn là người làm việc ấy có dụng ý khác. Dụng ý đó, trước mắt mọi người nhìn vào rất giống như việc bất thiện, nhưng qua mấy năm rồi thì quý vị sẽ hiểu rõ đó vốn thật là điều thiện.

Mọi điều khởi tâm động niệm của chúng ta, nói năng hành động, phải dựa theo trí tuệ, không dựa theo tình thức. Giúp đỡ chúng sinh phá mê khai ngộ, quyết định không vướng nhiễm vào danh văn lợi dưỡng, quyết định không vướng nhiễm vào năm món dục trong sáu trần cảnh. Đem những lời răn dạy của Phật-đà, những lời răn dạy của thánh hiền, cẩn trọng thiết thực vận dụng vào thực tế để mọi người trong xã hội đều nhìn vào noi theo. Chúng ta giảng nói, người khác không dễ dàng nghe rồi làm theo, chúng ta phải tự mình làm [khuôn mẫu] cho họ nhìn vào noi theo.

Người đời tham cầu danh lợi, tham cầu tiền bạc của cải, chúng ta phải làm [điều đúng đắn] để họ nhìn vào noi theo. Tiền bạc của cải từ đâu mà có? Từ nơi nhân lành bố thí, bố thí càng nhiều càng có được nhiều hơn. Thông minh trí tuệ từ đâu mà có? Từ nơi nhân lành thí pháp mà có. Sẵn lòng giúp đỡ người khác, sẵn lòng giáo hóa người khác, trí tuệ sẽ ngày càng tăng trưởng. Khỏe mạnh, sống lâu do đâu mà được? Chúng ta phải tự mình làm để người khác nhìn vào noi theo.

Đức Phật giáo hóa chúng sinh cũng dùng phương pháp này. Trước tiên nói cho quý vị biết nên làm những gì. Tiếp theo là khuyên bảo, chỉ dạy cho quý vị, khuyến khích quý vị nên làm. Cuối cùng là tự thân ngài làm một sự chứng minh, quý vị nhìn vào cách làm của ngài liền hiểu được thấu đáo.

Nhu cầu vật chất của đời sống nói thật ra quá đơn giản. Mỗi ngày ba bữa cơm ăn vừa đủ no, y phục vừa đủ ấm, nhà cửa phòng ốc không cần rộng lớn, chỉ cần ngăn nắp sạch sẽ, bụi trần không vương nhiễm, như vậy là thảnh thơi thanh thản. Đó là phước báo. Tiền bạc tài sản chỉ cần đủ dùng là đủ, đâu cần phải tích chứa nhiều. Phải biết mang ra bố thí, đem tiền bạc của cải cất giữ nơi phước báo của hết thảy chúng sinh thì vĩnh viễn không thể mất đi. Gửi vào ngân hàng, gửi vào những nơi khác đều không thể tin chắc được, một khi có tai nạn xảy ra liền mất sạch.

Trong kinh Phật dạy: *"Tiền bạc tài sản có năm nhà cùng giữ."* Đó là dạy cho chúng ta biết rằng, tiền bạc tài sản thật chẳng phải của riêng mình. Năm nhà ấy, thứ nhất là nước lũ. Một khi có nạn lũ lụt, mọi thứ mà quý vị sở hữu đều sẽ chìm mất, trôi mất. Thứ hai là lửa cháy, hỏa hoạn cũng thiêu cháy hết tài sản. Thứ ba là quan quyền, vào thời xưa, một khi quý vị phạm pháp, phạm tội thì gia tài của quý vị bị tịch thu, bị sung công. Thứ tư là trộm cướp, chúng luôn rình rập trộm lấy, cướp lấy tài sản của quý vị. Thứ năm là con cái hư hỏng. Vậy có gì là của riêng mình đâu?

Tài sản quý báu của riêng mình, muốn học theo chư Phật, Bồ Tát thì phải bỏ vào đâu? Bỏ vào trong phước báo của hết thảy chúng sinh, cho nên Phật dạy chúng ta phải bố thí, cúng dường, phải tu phúc.

Ruộng phước có ba loại, cả ba loại này đều sinh phúc, sinh ra vô lượng vô biên phước báo. Thứ nhất là phụng dưỡng cha mẹ, đó là ruộng ơn đức. Cha mẹ đối với ta có ơn đức, phải biết hiếu dưỡng. Thứ hai là thầy dạy. Tam bảo là thầy dạy của ta, đối với thầy dạy phải cung kính, gọi là ruộng cung kính. Thứ ba là hết thảy chúng sinh đang khổ nạn, là ruộng bi mẫn. Cho nên, có tiền bạc của cải đem bố thí, cúng dường vào ba loại ruộng phước như vậy, thì phước báo của quý vị đời đời kiếp kiếp được thụ hưởng mãi mãi không hết. Đó là nơi cất giữ tiền bạc tài sản tốt nhất, không thể mất đi. Cho dù thế giới này có hủy diệt, phước báo của quý vị cũng không bị hủy diệt. Nếu tiền bạc tài sản của quý vị không được cất giữ ở ba nơi này, thì khi thế giới hủy diệt, tài sản của quý vị cũng theo đó bị hủy diệt, không phải là sở hữu của quý vị.

Cho nên, trí tuệ, phước báo của chư Phật, Bồ Tát vượt xa người phàm, không chỉ là trong hai cõi trời, người, cho đến phước báo của Thiên vương Đại Phạm, Thiên vương Ma-hê-thủ-la cũng không thể sánh được với chư Phật, Bồ Tát. Ý nghĩa này trong kinh điển đức Phật thường giảng, chúng ta phải tin nhận, chúng ta phải làm theo.

Đoạn này chúng ta giới thiệu đến đây thôi. Tiếp theo là đoạn thứ 58: *"Tự tội dẫn tha. Ủng tắc phương thuật."* (Tự mình phạm tội làm liên lụy người khác. Che giấu, cản trở người khác sử dụng phương thuật.) Đây là lỗi lầm rất lớn. *"Tự tội"* là tự mình phạm tội, lại làm liên lụy đến người khác, đó gọi là lôi kéo người khác vào chuyện sai lầm. Tội này hết sức nghiêm trọng.

Trong phần tiểu chú nói: *"Kỷ quá chung bất khả yểm, tha nhân chung bất khả vu."* (Tuyệt đối không thể che giấu lỗi mình, tuyệt đối không thể vu oan người khác.) Vu cáo hãm hại người khác là tội rất nặng. Tự mình có lỗi lầm, ví như quý vị có lừa dối tránh được sự chế tài của luật pháp thế gian, quý vị cũng không lừa dối được nhân quả, quý vị cũng không lừa dối được quỷ thần. Việc báo ứng của quỷ thần là có thật, trong xã hội hiện nay rất nhiều.

Vì thế, những lời răn dạy của thánh hiền, đặc biệt là những lời răn dạy của chư Phật, Bồ Tát, đều dạy chúng ta làm sao đạt được phước báo chân thật, đời sống được vui sướng, hạnh phúc mỹ mãn.

Thứ nhất, phải ứng xử tốt trong hoàn cảnh giao tiếp với người. Chư Phật, Bồ Tát, Nho gia, Đạo gia đều dạy người trước hết là luân lý đạo đức. Người với người cư xử với nhau phải đạt được sự hòa hợp vui vẻ.

Thứ hai, phải làm sao tạo mối quan hệ tốt đẹp với môi trường tự nhiên. Đó là môi trường vật chất, người hiểu rõ được không nhiều. Đối với môi trường nhỏ như căn phòng ta ở, bên trong có rất nhiều vật dụng, những thứ dùng trang trí, ta sắp xếp thật ngăn nắp ngay ngắn. Chúng ta ở trong phòng ấy, mắt nhìn tai nghe, tiếp xúc chung quanh sẽ có cảm giác hết sức thư thái, thoải mái. Người đời hiện nay đều biết rõ điều này. Nhưng đối với môi trường lớn chúng ta lại thờ ơ không quan tâm. Cho nên, hiện nay người ta nói rằng địa cầu đã sinh bệnh. Môi trường sinh thái của địa cầu bị phá hủy, người Trung quốc thì nói là phong thủy bị phá hủy.

Đài Loan có lần xảy ra đại địa chấn, tâm chấn ở vùng Trung Bộ, tại Bộ Lý (Puli). Cách đây năm mươi năm tôi từng ở Bộ Lý. Vùng đất này rất đẹp, là nơi có phong thủy tốt đẹp nhất Đài Loan. Vì là nơi đẹp nhất, nên mọi người đều cố sống cố chết kéo nhau đến đó, khiến cho cảnh quan tự nhiên hoàn toàn bị phá hoại. Mỗi người đều mưu cầu lợi riêng cho mình, không ai nhường nhịn ai, mạnh ai nấy làm, phải gặp nạn thôi. Tôi nghĩ, đạo tràng bên đó cũng gần như bị hủy hoại rồi.

Kinh Địa Tạng có nói đến thần đất. Quý vị đắc tội với thần đất, thần đất trừng phạt quý vị. Điều này là có thật, không phải mê tín. Cho nên, chúng ta phải ứng xử tốt với môi trường tự nhiên, phải yêu thương bảo vệ môi trường. Nơi có cây xanh, nếu không phải là chuyện bất đắc dĩ thì tuyệt đối không đốn cây. Nếu cần mở đường, ta có thể đi vòng một chút để tránh. Tôi có lập một đạo trường nhỏ ở Australia, muốn mở một con đường nhỏ trong đó. Họ bảo tôi nếu làm đường thì phải chặt cây. Tôi nói, thôi không cần làm đường, tuyệt đối không được chặt cây, tôi không làm nữa.

Phải quý tiếc môi trường tự nhiên, mỗi một khóm cỏ gốc cây, mỗi một viên gạch hòn đá, chúng ta đều phải dành cho chúng sự thương yêu. Ta yêu chúng thì chúng sẽ yêu ta.

Thứ ba, phải quan hệ ứng xử tốt với quỷ thần trong trời đất, điều này hết sức quan trọng thiết yếu.

Ứng xử tốt trong ba mối quan hệ nói trên, quý vị nhất định được vui sướng, hạnh phúc mỹ mãn. Nền giáo dục của các bậc hiền thánh xưa là dạy những điều này. Nền giáo dục của chư Phật, Bồ Tát cũng là dạy những điều này. Quý vị sao có thể nói rằng những cách giáo dục như thế là không đúng? Sao có thể nói rằng những cách giáo dục như thế là sai lầm?

Người đời hiện nay đối với những việc này lại cho là mê tín, thật vô cùng bất hạnh, thật ngu si cùng cực. Đối với nền giáo dục chí thiện, mỹ mãn, chúng ta lại đem vất bỏ đi, như vậy làm sao không phải chịu tội? Làm sao không gặp kiếp nạn? Ngày nay, người mê hoặc rất nhiều, người giác ngộ rất ít. Người giác ngộ ở trong hoàn cảnh đó, buông xuôi tùy thuận tập khí phiền não cũng rất nhiều, thực sự chịu quay đầu hướng thiện đã ít lại càng ít hơn.

Nếu nói theo cách của các tôn giáo khác thì một người quay đầu là một người được cứu rỗi, hai người quay đầu là hai người được cứu rỗi. Chỉ cần chúng ta tự mình hiểu rõ, chịu quay đầu hướng thiện, không trở lại mưu cầu lợi ích riêng, đó mới là chân chính vì tự thân mình, lợi ích chúng sinh là lợi ích chân thật cho chính mình. Cho nên phải giác ngộ, phải quay đầu hướng thiện.

Tự mình làm, tự mình nhất định phải nhận chịu trách nhiệm, tuyệt đối không liên lụy đến người khác. Có phúc, xin nguyện cùng đại chúng chung hưởng. Có tội, nhất định phải phát tâm tự mình một mình gánh chịu. Đó là tinh thần của Bồ Tát. Cho nên, quyết định không thể vu cáo hãm hại người khác. Những lời đồn đại không căn cứ quyết định không thể tin theo.

Những câu này trong *Cảm ứng thiên*, [phần chú giải nói] *"túng đào vương pháp, nan miễn thiên tru"* (ví như lọt lưới pháp luật, cũng không thoát trời trách phạt). Câu này trong sách *Vị biên* lặp lại rất nhiều lần. *Trời trách phạt* là nói quỷ thần trong trời đất trừng phạt, quý vị trốn không thoát được.

Tốt rồi, hôm nay thời gian đã hết, chúng ta giảng đến đây thôi.

Bài giảng thứ 123

(Giảng ngày 6 tháng 11 năm 1999 tại Hương Cảng, file thứ 124, số hồ sơ: 19-012-0124)

Thưa quý vị đồng học, cùng tất cả mọi người.

Lần trước, trong *Cảm ứng thiên* đã giảng đến câu: *"Tự tội dẫn tha. Ủng tắc phương thuật."* (Tự mình phạm tội làm liên lụy người khác. Che giấu, cản trở người khác sử dụng phương thuật.) Mỗi câu mỗi chữ này đều hàm nghĩa hết sức sâu rộng. Trong phần chú giải của sách *Vị biên* trích dẫn kinh điển cùng với rất nhiều lời răn dạy của các bậc hiền thánh xưa, nội dung vô cùng phong phú. Nhưng vì thời gian hạn chế nên tôi không thể giới thiệu từng điểm một với mọi người. Đây là một bộ sách hay, chính Đại sư Ấn Quang đã giám định, chúng ta nên thường tụng đọc.

Học Phật trước hết phải học làm người. Làm người trước hết phải học làm người tốt. Nếu như không thể làm người tốt thì Phật pháp nhất định cũng chỉ là *"hữu danh vô thực"* (có tên gọi mà không có thực chất). Đại sư Thiên Thai nói về *"Danh tự vị"* [trong Lục vị] chính là có ý nói *"hữu danh vô thực"*, không đạt được lợi ích chân thật từ Phật pháp. Cho nên, nhất định trước hết phải làm người tốt.

Đại sư Ấn Quang không chỉ là một bậc Tổ sư đại đức, mà theo truyền thuyết thì ngài chính là Bồ Tát Đại Thế Chí từ thế giới Tây phương Cực Lạc hóa thân đến. Việc này cũng có thể tin được. Vì sao ngài dùng ba quyển sách *Cảm ứng thiên, Liễu Phàm tứ huấn, An Sĩ toàn thư* để giáo hóa hết thảy mọi người mà không dùng kinh điển trong nhà Phật? Việc này chúng ta cần để tâm suy ngẫm kỹ lưỡng, xem dụng ý của Đại sư là ở chỗ nào?

Cách đây hơn hai mươi năm, vào năm 1977, tôi giảng kinh tại Hương Cảng, ngụ nơi Thư viện Phật giáo Trung Hoa. Trong thư viện nhỏ này thu thập và lưu giữ rất nhiều những sách do Hoằng Hóa Xã của Đại sư Ấn Quang đã in ấn lưu hành. Những quyển sách này in rất đẹp, hiệu đính kỹ lưỡng, chữ bị sai lệch rất ít, có thể nói là những quyển sách rất tốt trong thời cận đại. Trong thư viện ấy, tôi phát hiện được rằng ba quyển sách vừa kể trên được Đại sư cho in ấn với số lượng nhiều nhất. Tôi chỉ tính sơ qua đã thấy có hơn ba triệu bản. Tất cả những kinh điển Phật giáo khác số lượng đều rất ít, đem so với ba quyển này dường như chưa đến một phần mười.

Từ chỗ đó, tôi suy ngẫm đến việc vì sao Đại sư làm như vậy? Sự thật hiện nay đã chứng minh, thế gian này có kiếp nạn rất lớn. Kiếp nạn là do đâu tạo thành? Trong kinh điển, Phật dạy rất rõ ràng, rất sáng tỏ. Kinh Hoa Nghiêm nói: *"Duy tâm sở hiện, duy thức sở biến."* (Chỉ do tâm hiển hiện, chỉ do thức biến hóa.) Qua hai câu này, đức Phật đã vì chúng ta nói rõ nguồn gốc của hết thảy chúng sinh trong các pháp giới cùng khắp hư không, đó là do *"tâm hiển hiện, thức biến hóa"*. Là tâm của ai? Chính là tự tâm của mỗi chúng ta. Tâm là nói chân tâm, thức là nói vọng tâm. Chân tâm của chúng ta hiển hiện, vọng tâm biến hóa mà thành. Một câu này nói lên được nguồn gốc của nhân sinh vũ trụ. Chỉ một câu thấu suốt được hết thảy vấn đề.

Trong kinh luận Đại thừa, đức Phật thường nói: *"Nhất thiết pháp tùng tâm tưởng sinh."* (Hết thảy các pháp sinh từ tâm tưởng.) *Tâm* là nói do tâm hiển hiện, *tưởng* là nói do thức biến hóa. Nói cách khác, cái tưởng của chúng ta, của chúng sinh trên thế giới này là gì? Môi trường sống của chúng ta đều tùy theo tư tưởng của ta mà biến hóa.

Người thế gian hiện nay đã không còn tiếp nhận lại những lời răn dạy của thánh hiền. Tại Trung quốc, xét thật kỹ đến chỗ rốt ráo thì từ thời Hán Vũ Đế dựng nghiệp cho đến những năm cuối triều Thanh, trải qua hơn hai ngàn năm, cũng có sự cải cách thay đổi ở mỗi triều đại, nhưng chính sách giáo dục thì trước sau vẫn không hề thay đổi. Không chỉ là những triều đại ấy, cho đến triều Nguyên của người Mông Cổ đến làm chủ Trung quốc, triều Thanh của người Mãn Châu đến làm chủ Trung quốc, chính sách giáo dục vẫn không thay đổi, vẫn một mạch truyền nối như xưa. Hệ thống giáo dục chính thức của đất nước luôn tuân thủ theo [hệ tư tưởng] Khổng Mạnh. Điều này được chế định từ Hán Vũ Đến, trong hai ngàn năm sau vẫn tuân thủ như vậy.

Giáo dục xã hội được chọn lọc tiếp thu từ Phật giáo, Đạo giáo và Nho giáo. Cho nên tại Trung quốc gồm xưng cả ba đạo này là Tam giáo. Đó là giáo dục của thánh hiền. Nhờ vậy mà đất nước trong hai ngàn năm được ổn định lâu dài, đạo lý của Tam giáo vẫn còn tồn tại.

Kể từ sau khi thành lập Dân quốc, đạp đổ học thuyết đạo đức Nho giáo, xem Phật giáo và Đạo giáo đều là mê tín. Do vậy, chính sách giáo dục truyền thống bị phế bỏ, mê muội tin theo nền văn minh vật chất của phương Tây, mê muội tin theo chủ nghĩa vị lợi của phương Tây, không quan tâm đến những điều nhân nghĩa đạo đức từ xưa đến nay của chúng ta, tạo thành hoàn cảnh khốn khổ hôm nay của đất nước, xã hội động loạn bất an.

Tổ sư Ấn Quang đối với việc này hiểu biết rất rõ ràng, rất sáng tỏ. Nếu dùng phương pháp của Nho gia để giáo dục thì chính sách bây giờ không cho phép. Phương thức giáo dục của Phật giáo tuy là tốt đẹp, nhưng đại chúng hiện nay rất khó tiếp nhận. Cho nên, trước hết chỉ dạy quý vị làm người, phải làm người tốt.

Tông chỉ chủ yếu trong sách *Liễu Phàm tứ huấn* là dạy chúng ta tin nhận nhân quả. Việc thiện có quả báo lành, việc ác có quả báo ác, gieo nhân lành nhất định sẽ được quả lành. Nhưng những gì là thiện? Những gì là ác? Nhân đó Đại sư mới đề xuất *Cảm ứng thiên*.

Cảm ứng thiên không phải từ nước ngoài du nhập, trong khi kinh Phật là từ nước ngoài mang đến rồi phiên dịch thành. *Cảm ứng thiên* là do người Trung quốc tự viết ra, câu chữ không nhiều, chỉ hơn một ngàn ba trăm chữ, trong đó đều là tiêu chuẩn phân biệt thiện ác. Nếu như thực sự nỗ lực tụng đọc, mỗi ngày đều y theo những lời dạy này mà tu sửa cải chính hành vi sai trái của chúng ta, dứt ác tu thiện, thì trước hết đã làm được người tốt. Làm người tốt được rồi, sau đó mới có thể học Phật. Phật là người tốt mà thành. Người xấu ác sau khi hiểu rõ có thể quay đầu, quay đầu là bờ, một khi quay đầu là trở thành người tốt.

Chư Phật, Bồ Tát lấy những điều này làm căn bản, cho nên chúng ta phải hiểu thật rõ ràng. *Cảm ứng thiên, Liễu Phàm tứ huấn*, đích thực là có thể giúp cứu vãn kiếp nạn hiện nay.

Trong kinh điển đức Phật có dạy chúng ta, kinh Lăng Nghiêm nói đến rất nhiều, như nạn hồng thủy, lũ lụt. Lũ lụt từ đâu mà có? Là do tâm tham lam chiêu cảm. Ngày nay con người trên toàn thế giới, hầu như mỗi một quốc gia, mỗi một vùng miền, có người nào mà không tham lam đâu? Việc này khởi sinh vô vàn bất ổn. Hiện nay mực nước biển đã tăng cao dần. Các khoa học gia tính toán rằng sau năm mươi năm thì lớp băng ở hai cực nam, bắc của địa cầu sẽ hoàn toàn tan chảy, mực nước biển sẽ dâng cao ít nhất là năm mươi mét. Nói cách khác, hết thảy các vùng ven biển trên thế giới đều sẽ bị nhấn chìm trong nước biển. Nếu y chiếu theo dự báo như trên của người nước ngoài thì không bao lâu nữa, theo các khoa học gia là năm mươi năm, theo các nhà tiên tri nước ngoài là mười năm, trong mười năm nữa nước biển sẽ dâng cao lên đến năm mươi mét. Nói cách khác, từ mực nước biển đã dâng cao trở xuống năm mươi mét đều bị nhấn chìm.

Đó là do tâm tham lam. Con người nếu có thể đem những sự mưu lợi riêng tư, có thể đem tâm tham lam vất bỏ đi, thì tai nạn này có thể được chuyển đổi, những lớp băng ở hai cực nam, bắc của địa cầu có thể không tan chảy.

Ngày nay nếu chúng ta đem những việc như vậy nói ra, người khác đều cho rằng đầu óc chúng ta có vấn đề, rằng chúng ta mê tín. Họ nhất định không chịu thừa nhận rằng những tai họa trong thiên nhiên và tư tưởng con người có quan hệ với nhau. Họ không chấp nhận điều này. Người hiểu sâu Phật pháp thì có thể tin nhận, không hoài nghi. Người như vậy có thể được cứu vớt. Những người không tin nhận, ắt phải lãnh chịu tai nạn.

Hỏa hoạn là do tâm sân hận chiêu cảm. Mọi người trong thế gian này đều có tâm sân hận, hơn nữa tâm sân hận còn rất nặng nề. Cho nên, chúng ta cư trú nơi quả địa cầu này, trong tâm địa cầu là lửa nóng với nhiệt độ rất cao. Chúng ta đọc trong kinh Phật thấy nói về thế giới Tây phương Cực Lạc, ở thế giới đó trong tâm đất bằng lưu ly, hết sức trong sạch mát mẻ. Vì sao trong tâm địa cầu của chúng ta là lửa nóng, trong tâm của thế giới [Cực Lạc] kia là trong sạch mát mẻ? Vì người ở thế giới ấy tâm địa thanh tịnh, không hề có tham lam, sân hận, si mê, cho nên môi trường cư trú của họ hoàn toàn khác với chúng ta. Chúng sinh ở thế gian này của chúng ta thì tràn ngập tham lam, sân hận, si mê.

Ngu si chiêu cảm nạn gió bão. Cho nên, tham, sân, si chiêu cảm ba loại tai họa từ nước, lửa và gió. Trong tâm kiêu ngạo, tự cao, không bình đẳng nên chiêu cảm động đất. Tâm bình khí hòa thì không có động đất. Chỉ có trong Phật pháp mới nói được rõ ràng, sáng tỏ với chúng ta những điều này.

Cho nên, Phật dạy rằng cảnh tùy tâm chuyển, hình tướng tùy tâm chuyển, thể chất tùy tâm chuyển, môi trường cư trú cũng tùy tâm chuyển. Chư Phật, Bồ Tát ở thế giới Cực Lạc, ở thế giới Hoa Tạng, do tâm tốt đẹp. Cho nên môi trường mà các ngài cư trú mới biến thành thế giới Cực Lạc, biến thành thế giới Hoa Tạng. Nếu chúng ta từ nơi tâm địa chuyển biến thay đổi được thì từ sự tốt đẹp của hình tướng sắc thân cho đến môi trường cư trú cũng đều sẽ chuyển biến thay đổi.

Sự thù thắng của Phật pháp không phải ở chỗ mọi điều Phật nói ra đều xem là đúng. Phật dạy chúng ta phải tự chứng nghiệm, làm rõ. Sau khi chứng minh được thì quý vị mới hiểu rõ được đó là chân tướng sự thật. Cho nên, đức Phật không miễn cưỡng chúng ta, không hề nói: *"Điều ta nói là đúng thật, điều các vị nói là hư dối."* Đức Phật không hề nói như vậy. Đức Phật nói rằng: *"Ta nói ra điều này, các vị có thể tự chứng nghiệm để biết."*

Trong lòng quý vị nghĩ điều xấu ác, nói điều xấu ác, làm việc xấu ác, những gì quý vị chiêu cảm là khổ báo trong ba đường ác, trong địa ngục. Đức Phật cũng bảo quý vị tự chứng nghiệm lấy điều đó. Quý vị tạo mười nghiệp ác, quý vị liền thấy cảnh giới địa ngục ở ngay trước mắt. Cho nên, đức Phật vì ta nói ra lời nào cũng là lời chân thật.

Những lời răn dạy của Phật-đà, nói thật ra đều gồm trong ba điều. Điều quan trọng thứ nhất là dạy chúng ta hiểu rõ về chân tướng của vũ trụ nhân sinh. Đây là căn bản quan trọng trong nền giáo dục Phật giáo. Vũ trụ từ đâu mà có? Hư không từ đâu mà có? Sự sống từ đâu mà có? Quý vị đem những chân tướng này tìm hiểu nhận thức rõ ràng, sáng tỏ, đó gọi là đại triệt đại ngộ, là thành Phật, thành Bồ Tát.

Làm thế nào có thể sáng tỏ được chân tướng sự thật này? Phải từ trong thiền định mà tìm hiểu. Trong kinh Lăng Nghiêm nói: *"Thanh tịnh hết mức thì sáng suốt thông đạt."*

Tâm quý vị thanh tịnh đến mức cùng cực thì trí tuệ hiện tiền, hết thảy các pháp thế gian và xuất thế gian quý vị đều có thể thông đạt.Các khoa học gia hiện nay cho chúng ta biết rằng không gian có nhiều chiều kích, có không gian ba chiều, không gian bốn chiều, không gian năm chiều... Các khoa học gia đã chứng thực là có tồn tại không gian mười một chiều, nhưng họ không có phương cách gì đột phá [thâm nhập vào đó].

Về mặt lý luận mà nói, không gian đa chiều là vô hạn. Trong kinh Phật không nói là không gian đa chiều, nhưng kinh Phật nói về các pháp giới. Pháp giới chính là điều mà hiện nay các khoa học gia gọi là không gian đa chiều. Pháp giới cũng là vô lượng vô biên. Đức Phật khi thuyết pháp, từ cái nhìn phương tiện đem tất cả quy thành mười nhóm lớn, cho nên gọi là mười pháp giới. Số mười đó là biểu trưng cho vô hạn.

Pháp giới hình thành như thế nào? Đức Phật vì chúng ta dạy rằng, đó là do vọng tưởng, phân biệt, bám chấp của hết thảy chúng sinh biến hiện mà thành. Các khoa học gia biết được về sự tồn tại của những hiện tượng này, nhưng không biết được sự hình thành như thế nào. Vì thế, họ không có phương cách gì để đột phá thâm nhập. Phật dạy chúng ta đó là do vọng tưởng, phân biệt, bám chấp tạo thành. Quý vị đã hiểu được về sự hình thành thì quý vị liền có phương pháp đột phá. Dùng phương pháp gì để đột phá? Buông xả hết thảy vọng tưởng, phân biệt, bám chấp, như vậy chẳng phải đã phá được rồi sao?

Buông xả vọng tưởng, phân biệt, bám chấp, trong nhà Phật gọi là công phu thiền định. Cho nên, công phu thiền định càng sâu thì các tầng lớp, phạm vi đột phá càng rộng, quý vị liền hiểu rõ được hết thảy chân tướng của pháp giới hư không.

Mọi việc đức Phật đều dạy chúng ta phải tự thân mình chứng đắc, không hề dối gạt, quý vị có thể tự mình chứng minh.

Con người nhất định phải giữ gìn tâm thanh tịnh, đó là cái học căn bản trong Phật pháp. Phật pháp ở nơi thế gian này, dạy chúng ta phải sống ra sao, phải sống như thế nào để một đời này của quý vị, cũng không chỉ một đời, mà đời sau, đời sau nữa, cho đến đời đời kiếp kiếp thì cuộc sống của quý vị vẫn luôn thực sự được hạnh phúc mỹ mãn, tự tại khoái lạc.

Nền giáo dục Phật giáo trước tiên là giúp quý vị hiểu rõ mối quan hệ giữa người với người. Con người trong thế giới này của chúng ta có rất nhiều chủng tộc khác nhau, trong mỗi một chủng tộc lại có rất nhiều quần tộc nhỏ, chúng ta ngày nay gọi là bất đồng về quốc gia, bất đồng về chủng tộc, bất đồng về dân tộc. Chúng ta làm sao để có thể sống chung hòa hợp vui vẻ cùng nhau? Nếu quý vị sống chung với nhau không tốt thì khởi sinh xung đột, liền có chiến tranh, có đổ máu.

Thứ hai là dạy cho quý vị làm sao sống chung với môi trường tự nhiên. Trong môi trường tự nhiên có động vật, có thực vật, có khoáng vật, quý vị nếu không hiểu rõ được ý nghĩa này, tùy tiện theo ý riêng của mình, xem nhẹ môi trường thiên nhiên, phá hoại thiên nhiên, như vậy là tự nhiên phát sinh tai họa.

Người đời hiện nay không hiểu được ý nghĩa này, nên môi trường tự nhiên bị họ phá hoại, quả địa cầu sinh bệnh, môi trường cư trú của chúng ta trở thành không tốt. Người Trung quốc gọi đó là phong thủy bị phá hoại. Ngày nay, cả địa cầu này phong thủy bị phá hoại, làm sao còn có thể có những ngày sống tốt đẹp?

Thứ ba là dạy chúng ta làm sao ứng xử tốt trong mối quan hệ với quỷ thần trong trời đất. Quỷ thần trong trời đất, theo chỗ gần gũi mà nói là các vị thần khác nhau được các tôn giáo khác thờ phụng. Chúng ta phải làm sao hòa hợp được với các vị thần minh của các tôn giáo khác, sống chung hòa hợp với tín đồ các tôn giáo khác.

Ba mối quan hệ này được thực hiện tốt thì xã hội an định, thế giới hòa bình. Ba mối quan hệ này không thực hiện tốt thì xã hội động loạn, thế giới mãi mãi không có được một ngày an ổn.

Những lời răn dạy của chư Phật, Bồ Tát, chúng ta phải hiểu thật rõ ràng, sáng tỏ, phải học tập, phải vận dụng vào thực tiễn đời sống.

Khi tôi ở Singapore, Australia, Malaysia, tôi tiếp xúc với những người thuộc các chủng tộc khác, tiếp xúc với những người bất đồng tôn giáo, tôi với họ luôn chung sống hòa hợp, vui vẻ. Có rất nhiều người hỏi tôi: "Pháp sư, thầy làm sao có được những ý niệm như vậy? Làm sao có thể làm được như vậy?" Tôi học Phật, điều này là vận dụng Phật pháp trong thực tiễn đời sống. Phật dạy tôi nên làm như thế nào thì tôi làm theo theo đúng như thế ấy.

Tâm lượng phải lớn, phải rộng mở tâm hồn, quyết định không thể hẹp hòi mưu lợi riêng. Đồng bào ở Đài Loan này, tôi đã ở Đài Loan đến năm mươi năm, sao có thể không quan tâm? Tâm lượng nhỏ hẹp thì dẫn đến vô vàn tai nạn. Tâm lượng cần phải rộng mở hơn.

Chúng ta sống tốt, người khác cùng với ta cũng được sống tốt, thiên hạ liền được thái bình. Ta có đời sống tốt, người khác sống không được tốt, như vậy liền có người trộm của ta, có người cướp của ta. Ngạn ngữ Trung quốc xưa có câu: *"Một nhà no ấm ngàn nhà oán hận."* Những người lãnh đạo chính phủ ở Singapore hiểu rõ việc này. Singapore phát triển tốt, cũng cần đến Malaysia, Indonesia chung quanh đều phát triển tốt, như vậy thì người Singapore mới có thể sống tốt đẹp. Hoàn cảnh chung quanh không tốt, mỗi người [chung quanh] đều phùng mang trợn mắt nhìn quý vị, đều muốn ăn tươi nuốt sống quý vị, quý vị làm sao có được những ngày sống tốt? Mọi người đều có đời sống tốt thì mới được. Mỗi một quốc gia, mỗi một vùng miền, mỗi một dân tộc, hết thảy đều phát triển tốt đẹp, như vậy mới được. Phải có tâm lượng [rộng mở] như vậy.

Khi giảng kinh tôi thường nói, chúng ta yêu thương quả địa cầu này, mỗi nhà trên thế giới, cho đến toàn thế giới đều tốt đẹp, nhưng các hành tinh khác không được tốt đẹp thì cũng vẫn phát sinh phiền toái, vẫn có chiến tranh giữa các hành tinh. Thương yêu địa cầu của chúng ta, phải thương yêu hết thảy mọi hành tinh, phải có tình thương rộng lớn bao quát khắp các pháp giới cùng tận hư không, như vậy mới có thể giải quyết được vấn đề.

Cho nên, chúng ta đọc kinh Đại thừa thấy đức Phật thường dạy: *"Tâm bao thái hư, lượng chu sa giới."* (Tâm lớn như hư không, bao trùm hết thảy các thế giới.) Đó mới là biện pháp căn bản để giải quyết vấn đề. Nếu như không có được tâm lượng rộng mở như vậy, quý vị muốn thoát ly ra khỏi sáu đường luân hồi thật rất khó.

Tổ sư Ấn Quang dạy chúng ta đọc *Cảm ứng thiên*, y theo *Cảm ứng thiên* học tập, đó là trí tuệ chân thật. Xét từ thực trạng hiện nay chúng sinh đang tạo vô lượng vô biên tội nghiệp mà nói, rất cần phải suy ngẫm thật kỹ, phải thực sự nỗ lực học tập.

Bài giảng thứ 124

(Giảng ngày 7 tháng 11 năm 1999 tại Tịnh Tông Học Hội Singapore, file thứ 125, số hồ sơ: 19-012-0125)

Thưa quý vị đồng học, cùng tất cả mọi người.

Đoạn thứ 58 trong *Cảm ứng thiên* là: *"Tự tội dẫn tha. Ủng tắc phương thuật."* (Tự mình phạm tội làm liên lụy người khác. Che giấu, cản trở người khác sử dụng phương thuật.)

Câu thứ hai của đoạn này bao quát một phạm vi rất lớn, ý tứ suy rộng ra lại càng nhiều hơn. Trong phần chú giải chỉ đơn giản nêu ra một số trường hợp điển hình, giải thích rằng: *"Phương thuật là nói y thuật, chiêm bốc, thiên văn, tướng số, cùng với hết thảy mọi kỹ năng nghề nghiệp, thảy đều là phương thuật. Người bình thường có thể học lấy để nuôi thân, bậc cao minh sử dụng để cứu nhân độ thế. Nếu che giấu ngăn trở, khiến cho [những thứ này] không được lưu hành vận dụng, cũng là làm cho đạo lớn không được rộng truyền, khiến phải có nhiều người thất nghiệp đói rét khắp bốn phương."*

Câu này chúng ta có thể lưu tâm suy ngẫm kỹ. Nói cách khác, nếu có thể làm lợi ích xã hội, tạo phúc cho chúng sinh thì hết thảy những lý luận cũng như phương pháp đó đều phải để cho lưu hành thông suốt không ngăn trở.

Cho nên, ở cuối cùng của mỗi bộ kinh đều có một phần lưu thông, quý vị hãy suy ngẫm ý tứ, đó chính là hy vọng những ý nghĩa, phương pháp [trong kinh] có thể được lưu hành rộng khắp mười phương, thông suốt ba đời. Như vậy mới có thể khiến cho hết thảy chúng sinh đều được lợi ích. Nếu như ngăn cản, gây chướng ngại sự lưu thông thì tội lỗi ấy hết sức nặng nề.

Người thế gian hiện nay, bất kể là người trong nước hay

ở nước ngoài, đều có một quan niệm sai lầm nghiêm trọng, đó là bảo vệ, giữ gìn quyền lợi riêng tư của bản thân. Quan niệm ấy rất sai lầm. Bảo vệ, giữ gìn quyền, lợi ích của riêng mình, đó là gây chướng ngại cho sự lưu thông. Tự thân mình đạt được lợi ích, có thể nói là hết sức hữu hạn, nhưng lại tạo thành tội nghiệp vô lượng vô biên, đó là điều mà người ta không hề nghĩ đến.

Trong kinh điển, giáo pháp, đức Phật dạy chúng ta rằng tiền của sang giàu đều là quả báo. Đem tiền của bố thí là tạo nhân, bố thí càng nhiều được quả báo càng lớn. Người không chịu bố thí phải nhận chịu quả báo nghèo cùng khốn khó. Người không chịu bố thí pháp phải nhận chịu quả báo ngu si. Người không chịu thực hành pháp bố thí vô úy, đem lại sự an ổn cho người khác, phải nhận chịu quả báo nhiều bệnh tật, mạng sống ngắn ngủi. Những lời này là chân thật, không hề giả dối.

Cho nên, hoan hỷ bố thí tiền tài thì được giàu có lớn. Hoan hỷ bố thí pháp thì được thông minh trí tuệ. Hoan hỷ tu tập bố thí vô úy, che chở, mang lại sự an ổn cho người khác thì được khỏe mạnh sống lâu. Chỗ mong cầu, tìm kiếm của người thế gian chính là được giàu sang phú quý, thông minh trí tuệ, khỏe mạnh sống lâu, thế nhưng lời nói việc làm của họ đều hoàn toàn trái ngược.

Tuy là trái ngược như vậy, nhưng trong thực tế chúng ta lại nhìn thấy rất có vẻ như họ cũng có chỗ đạt được. Như vậy là ý nghĩa gì? Đức Phật giải thích với chúng ta, những điều họ đạt được trong đời này là do những gì đã tu tích trong đời quá khứ, vì nhân quả tương thông cả ba đời [quá khứ, hiện tại và tương lai]. Hiểu rõ được ý nghĩa này, chư Phật, Bồ Tát, các bậc đại thánh đại hiền trong thế gian cũng như xuất thế gian, mỗi lúc khởi tâm động niệm đều là vì lợi ích xã hội, lợi ích chúng sinh, đều mong cho hết thảy chúng sinh đều được giàu sang phú quý, thông minh trí tuệ, khỏe mạnh sống lâu.

Cho nên, mỗi một phương pháp, kỹ năng, thủ thuật

khéo léo, dù nhỏ nhặt đến đâu cũng không được ngăn cản việc truyền dạy cho người khác, phải mong sao cho hết thảy chúng sinh đều thông đạt, đều hiểu biết sáng tỏ, đều giúp người có được. Đó là tâm thánh hiền, tâm Bồ Tát. Sao lại có thể gây chướng ngại việc làm của người khác? Dù một ý niệm như thế cũng không được khởi sinh.

Trong nhà Phật, vào thời xưa đích thực là không hề có những ý niệm như thế. Chúng ta xem trong các sách xưa, phía sau không hề thấy ghi trang bản quyền, mà ở cuối sách thường có một trang in mấy chữ rất lớn: *"Hoan nghênh góp sức lưu thông, công đức vô lượng"*, hoặc là *"Hoan nghênh việc in lại"*. Hết thảy đều có in những trang như vậy.

Kinh sách trong hiện tại thì khác. Ngay cả việc in ấn Đại Tạng Kinh thì phía sau cũng có trang bản quyền ghi rõ *"Sách giữ bản quyền, nghiêm cấm in lại"*. Trước mắt những người làm như vậy có chút lợi ích, nhưng quả báo là nơi địa ngục A-tỳ, vĩnh viễn không siêu thoát được. Nguyên nhân vì sao? Vì họ trộm cắp bản quyền của Phật tổ. Đức Phật Thích-ca Mâu-ni không hề giao bản quyền cho họ, các bậc đại đức tổ sư cũng không giao bản quyền cho họ, nên nói là họ đã trộm cắp bản quyền.

Các bậc hiền thánh xưa, chư Phật, Bồ Tát đã lưu lại di sản như thế, hết thảy chúng sinh trong thế gian mỗi người đều có phần, quý vị sao có thể độc chiếm làm của mình? Quý vị nghĩ xem, tội lỗi ấy thật quá nặng nề. Việc này trong hiện tại có rất nhiều người xem thường, thậm chí có những vị pháp sư xuất gia cũng xem thường bỏ qua việc này.

Năm trước, pháp sư Diễn Bồi đến Đài Loan, ông ấy rất vui đến ngụ tại Cơ Kim Hội của chúng ta. Tôi tiếp đãi ông ấy hết sức chu đáo. Pháp sư nhìn thấy những kinh điển, sách khuyến thiện mà tôi đã in ấn, lưu hành trên khắp thế giới. Xem qua một lượt, không thấy quyển sách nào của ông ấy cả. Pháp sư liền hỏi tôi: *"Pháp sư Tịnh Không, trong số kinh* sách thầy in ấn lưu hành, vì sao sách của tôi lại không có quyển nào?" Tôi đáp: "Lão pháp sư, sách của thầy ở phía sau đều ghi rõ: 'Sách giữ bản quyền, nghiêm cấm in lại', như vậy thì ai dám động vào chứ?" Pháp sư nghe như vậy thì lắc đầu, có vẻ hối hận.

Chúng ta là người học Phật, quyết định không làm những việc phạm pháp. Quý vị nói giữ bản quyền thì tôi tuyệt đối không in ấn sách của quý vị. Quý vị tự có nhân quả của mình, tôi có nhân quả của tôi, tôi chỉ tìm những kinh sách nào không giữ bản quyền để in ấn.

Hiện nay chúng ta cũng có một điểm mạnh, [sách của] chúng ta có thể tái bản lưu hành. Pháp sư Diễn Bồi nói với tôi, bản quyền của ông ấy bị người ta mua đứt hết rồi. Khi ấy tôi có hỏi ông: "Thầy muốn bán bản quyền, sao không đến tìm tôi? Cơ Kim Hội có thể mua bản quyền của thầy để lưu hành trên toàn thế giới. Thầy bán cho những người kinh doanh sách, họ có thể in được bao nhiêu bản? Có thể bán được bao nhiêu bản? Sự giáo hóa của thầy như vậy không thể phổ biến rộng khắp đến với tất cả chúng sinh, tâm huyết một đời của thầy bị sai lầm ở chỗ này." Đó là một trường hợp ví dụ rất hay.

Pháp sư Diễn Bồi với tôi là bạn tốt, chúng tôi gặp nhau thì không việc gì không bàn đến. Cho nên, cuối cùng ông ấy cũng còn được mấy quyển sách chưa bán bản quyền, liền giao hết cho Cơ Kim Hội. Đại khái được khoảng hai, ba loại sách, tôi cũng mang ra in ấn lưu hành rộng rãi.

Người hiện nay nhấn mạnh vấn đề này là *"quyền tài sản trí tuệ"*. Chúng ta là người đọc kinh Phật phải hiểu rõ ràng, quả báo của *"quyền tài sản trí tuệ"* này là gì? Đời đời kiếp kiếp phải ngu si, là như vậy đó.

Trong sự cạnh tranh trên thương trường, vì bảo vệ gìn giữ quyền và lợi ích của riêng mình nên sản phẩm quyết định không để cho người khác bắt chước, mô phỏng theo. Như vậy đều là vì lợi ích riêng tư, không phải vì xã hội, không phải vì chúng sinh. Nếu vì xã hội, vì chúng sinh là vô lượng vô biên phước báo. Người đem hết tâm ý ra mưu cầu [lợi ích riêng tư như vậy], có được phước báo hay không? Dù mảy may cũng không hề có được. Đời này họ đạt được điều gì chính là nhờ đời trước có tu tích, nhưng đời sau thật rất đáng thương. Phước báo tích lũy trong đời quá khứ đã hưởng hết rồi, một đời này lại không tu phúc, chỉ tạo tội nghiệp, ví như được giàu có lớn, cũng tham gia một chút sự nghiệp từ thiện xã hội, cũng đóng góp cho xã hội, nhưng chỉ là chuyện nhỏ, *"ủng tắc phương thuật"* (che giấu, cản trở người khác sử dụng phương thuật) lại là điều ác lớn. Việc thiện nhỏ không chống nổi với điều ác lớn.

Chúng ta phải hiểu rõ được ý nghĩa này, phải nhận biết chân tướng sự thật. Mỗi khi khởi tâm động niệm, nói năng hành động, phải luôn nghĩ đến phúc lợi của toàn xã hội, đến hạnh phúc của hết thảy chúng sinh. Cho nên, trong quá khứ ở thư viện của chúng ta, Cơ Kim Hội, rồi hiện nay là đạo trường Cư Sĩ Lâm và Tịnh Tông Học Hội, xuất bản ra bao nhiêu kinh sách, băng từ, băng ghi hình, đĩa DVD, toàn bộ đều không giữ bản quyền. Hơn nữa cũng không có bất kỳ hình thức nào bán ra bên ngoài. Toàn bộ chúng ta đều biếu tặng, cúng dường miễn phí.

Vì vậy có rất nhiều đồng tu đến Singapore tham quan, đến cộng tu, đều nhìn thấy đạo trường này ngày càng hưng vượng. Nguyên nhân nào tạo thành hiện tượng này? Là nhờ chúng ta siêng tu ba loại bố thí.

Đối với tài thí thì thực phẩm, quần áo, thuốc men, hết thảy các thứ chúng ta đều quan tâm chu đáo. Đạo trường Cư Sĩ Lâm mỗi ngày có đến hơn ngàn người ăn, chủ nhật và ngày nghỉ có đến ba, bốn ngàn người. Tại đây mỗi ngày cúng dường ba bữa cơm, còn có thêm hai bữa ăn nhẹ, trong hai mươi bốn giờ không ngừng cung cấp. Tiền bạc không thu một xu nào, hoan nghênh quý vị đến dùng cơm, bất kể là quý vị có học Phật hay không, quý vị hủy báng Phật, khinh nhờn Phật, chúng tôi vẫn hết sức hoan nghênh quý vị.

Việc pháp thí còn làm được nhiều hơn.

Về tài thí, chúng ta cũng cúng dường đến các tôn giáo khác, đến các chủng tộc khác. Đối tượng bố thí của chúng ta là hướng ra toàn thế giới. Không ít người thấy vậy đến hỏi cư sĩ Lý Mộc Nguyên, hiện là Lâm trưởng của Cư Sĩ Lâm: *"Tiền của các ông do đâu mà có? Sao có thể nhiều đến thế?"* Cư sĩ Lý Mộc Nguyên trả lời hết sức thâm sâu: *"Chúng tôi có ông chủ đứng sau, một ông chủ cực kỳ giàu sang, cực kỳ trí tuệ."* Lại hỏi: *"Ông chủ đó là ai?"* Đáp: *"Là đức Phật A-di-đà."*

Chúng ta chỉ cần thực sự nỗ lực làm, chứng minh cho ý nghĩa Phật dạy trong kinh điển cùng với chân tướng sự thật, đó là càng bố thí càng có nhiều hơn. Cho nên, quý vị không nên lo sợ, tâm lượng của quý vị phải rộng mở ra, vì rộng khắp mọi người trong xã hội mà phục vụ, vì hết thảy chúng sinh mà phục vụ, không phân biệt chủng tộc, không phân biệt biên giới quốc gia, không phân biệt tôn giáo tín ngưỡng. Đối với hết thảy đều một mực bình đẳng phục vụ, đem tâm chân thành thương yêu, không một mảy may kiêng dè tránh né.

Trong quá khứ, mọi người đều đọc thấy những lời Phật dạy trong kinh điển, nhưng không hề được thấy chân tướng sự thật. Hiện nay chúng ta đã làm được, quý vị đều thấy được. Tại nơi đây [chúng ta] tu tập pháp bố thí lớn lao, cho nên tài nguyên cuồn cuộn đổ về. Quý vị hỏi tôi những tài nguyên ấy từ đâu mà đến, tôi cũng không biết. Cư sĩ Lý Mộc Nguyên cũng không biết được. Nói tóm lại, sự thật cho chúng ta thấy sự bố thí của đạo trường Cư Sĩ Lâm, không yêu cầu tín đồ đóng góp một xu nào, cũng không quyên góp, đó là sự thật. Mỗi năm ba trăm sáu mươi lăm ngày, mỗi ngày đều cung ứng thức ăn bữa chính bữa phụ, chưa từng phải mua gạo, chưa từng phải mua rau, chưa từng mua các thứ dầu, muối... hết thảy mọi thứ đều tự động được đưa đến. Vì biết rằng nơi đây là đạo trường rộng làm việc bố thí, cho nên có rất nhiều đồng tu tự động vui vẻ mang đến.

Lần trước, khi viếng thăm bên Cơ Đốc giáo, có người bạn Cơ Đốc giáo bảo chúng tôi: "Phật giáo quý vị dường như đối với sự nghiệp phúc lợi lo cho người già yếu rất ít thực hiện?" Cư sĩ Lý Mộc Nguyên trả lời, chúng tôi làm được không ít, so với quý vị chúng tôi làm còn nhiều hơn, chỉ có điều chúng tôi không lập viện dưỡng lão.

Vậy sự nghiệp phúc lợi cho người già yếu của chúng ta là ở đâu? Quý vị đến đạo trường Cư Sĩ Lâm, ở nhà bếp dưới lầu mà xem, mỗi ngày đều có mấy trăm người già, ở nơi đó hoan hỷ nói cười, ở nơi đó làm việc công quả, ở nơi đó nhặt rau, rửa rau, bận rộn giúp đỡ trong nhà bếp. Cho nên, chúng ta quan tâm đến những người già thì tạo điều kiện để người già ở nơi ấy tu phúc, tu tuệ.

Vì thế, mỗi một nơi chùa chiền am viện đều là viện dưỡng lão. Những viện dưỡng lão này hết sức khai phóng, cởi mở, có người ở lại bên trong, cũng có người sáng đến chiều về. Cho phép những người già ấy làm việc thì tự thân họ vui vẻ làm. Trong sự lao động hoan hỷ đó họ được thân tâm đều khỏe mạnh. Họ vừa làm việc vừa nghe kinh, vừa niệm Phật. Cuộc sống như vậy thật phong phú biết bao. Các tôn giáo khác không làm được như vậy.

Chúng ta dốc sức tu pháp bố thí, nhìn thấy mọi người trong đạo trường Cư Sĩ Lâm từ trên xuống dưới, quả thật đều được tăng trưởng trí tuệ, tràn đầy pháp hỷ. Quý vị xem, có người nào ở đây gặp mặt mà không nở nụ cười tươi, thân thiết chào hỏi? Quả thật là một đại gia đình hết sức ấm cúng, thoải mái, mỗi một cá nhân trong đó đều có thân thể thực sự khỏe mạnh, sống lâu. Gần đây nhất, chúng ta thiết lập một phòng chẩn trị Trung y từ thiện, vì đại chúng xã hội phục vụ. Tôi chưa từng thấy vị nào là thành viên của Cư Sĩ Lâm đến đó khám chữa bệnh cả. Cho nên, đạo trường ấy tu học đúng pháp, đúng lý, mỗi người khi khởi tâm động niệm, nói năng hành động, không việc gì là không giúp lưu thông Chánh pháp, không việc gì là không nghĩ đến cống hiến một phần tâm lực của mình vì xã hội tạo phúc, vì hết thảy chúng sinh tạo phúc.

Vì thế, Phật pháp ở nơi đây được vận dụng vào thực tế, không phải ở giảng đường thuyết giảng mỗi ngày có thể xem là đủ, phải hoàn toàn vận dụng vào thực tế, phải mang ra thực hành. Trong kinh điển, từng câu từng chữ đức Phật đều răn dạy ta, phải đem kinh điển biến thành hành vi trong cuộc sống thực tế của mình, biến thành tư tưởng, ý nguyện của mình. Đó gọi là học Phật.

Điều tất nhiên là chúng ta có rất nhiều lỗi lầm. Ta không phải thánh hiền, sao có thể không mắc lỗi? Nhưng mỗi ngày đọc kinh, nghiên cứu thảo luận, sửa lỗi, tự làm trong sạch chính mình, đem cảnh giới của tự thân không ngừng hướng thượng nâng cao, đem sự nghiệp lợi ích chúng sinh mỗi ngày đều mở mang phát triển, mỗi ngày đều khuyếch trương lớn rộng. Bạn đồng tu chúng ta ngày nay cùng chí hướng, hợp tâm đạo, bao gồm các vị đồng học trên toàn thế giới, chúng ta phải hiểu rõ, cùng nhau nỗ lực, tinh tấn không biếng nhác, mới có thể thực sự làm được việc tự độ mình và hóa độ người khác.

Hai câu *"Tự tội dẫn tha. Ủng tắc phương thuật."* (Tự mình phạm tội làm liên lụy người khác. Che giấu, cản trở người khác sử dụng phương thuật) có hàm nghĩa vô cùng sâu rộng, nói không thể hết. Chúng ta phải hết sức chú tâm suy xét tìm hiểu ngay trong cuộc sống.

Tốt rồi, hôm nay thời gian đã hết, chúng ta giảng đến đây thôi.

<h1 style="text-align:center">Bài giảng thứ 125</h1>

(Giảng ngày 8 tháng 11 năm 1999 tại Tịnh Tông Học Hội Singapore, file thứ 126, số hồ sơ: 19-012-0126)

Thưa quý vị đồng học, cùng tất cả mọi người.

Mời xem Cảm Ứng Thiên đoạn thứ 59: *"San báng thánh hiền."* (Khinh chê hủy báng thánh hiền.) Trong phần chú giải có giải thích rất rõ ràng, *"san"* là chê bai, khinh nhờn, *"báng"* là hủy báng, báng bổ. Trong phần này cũng nêu ra, có hai hạng người khinh chê hủy báng thánh hiền. Một là hạng người ngu si, do đó mới tạo tội nghiệp này. Hạng người còn lại, theo cách nói hiện nay là thích bộc lộ, khẳng định mình, thích bày tỏ sự khác biệt hơn người, thường gây nhiều sóng gió bất ổn trong xã hội. Giống như trong Liễu Phàm tứ huấn kể lại chuyện tiên sinh Liễu Phàm thuở còn trẻ chưa tiếp xúc với Phật pháp cũng có loại tập khí xấu này. Tội nghiệp của hai hạng người trên cực kỳ sâu nặng, thực sự là do ngu muội không biết.

Thế nào gọi là thánh? Thế nào gọi là hiền? Hai danh xưng này chúng ta phải nhận hiểu thật rõ ràng. Thánh có nghĩa là người đã rõ biết, đã sáng tỏ hết thảy về chân tướng của nhân sinh vũ trụ, về lý sự nhân quả. Người như vậy ở Trung quốc tôn xưng là thánh, ở phương Tây gọi là thần, trong Phật giáo thì tôn xưng là Phật. Danh xưng tuy khác biệt nhưng ý nghĩa rất giống nhau.

Người rõ biết nhưng chưa triệt để thì tôn xưng là *hiền*, hoàn toàn rõ biết sáng tỏ thì tôn xưng là *thánh*. Các vị này chính là những bậc thầy dẫn dắt trong xã hội, là khuôn mẫu tốt đẹp cho hết thảy chúng sinh noi theo. Nếu đối với các vị này mà đùa cợt, khinh chê, hủy báng sẽ tạo thành ảnh hưởng [xấu] cực kỳ rộng lớn, cực kỳ sâu xa. Nhà Phật xác định tội lỗi [nặng nhẹ] chính là từ chỗ này.

Điều này trong nhà Phật gọi là làm đứt đoạn pháp thân tuệ mạng của hết thảy chúng sinh. Quý vị đồng tu học Phật đều biết rằng, đoạn dứt thân mạng con người vẫn là tội nhẹ hơn so với đoạn dứt tuệ mạng của họ. Ý nghĩa này trong kinh Phật nói đến rất nhiều, chúng ta ngàn vạn lần cũng không được xem nhẹ bỏ qua mà cho rằng việc khinh chê hủy báng các vị thánh hiền, chư Phật, Bồ Tát, các bậc thiện tri thức là chuyện nhỏ.

Đặc biệt đối với các vị thiện tri thức, hiện nay đang sống giữa thế gian này, có tầm ảnh hưởng rất lớn. Ai là thiện tri thức? Bản thân ta là thiện tri thức, điều này phải hiểu rõ. Mọi tư tưởng, lời nói, việc làm của chúng ta, nếu có thể tùy thuận đúng lời Phật dạy thì quý vị là thiện tri thức của đại chúng trong xã hội, quý vị có thể ở nơi đó hoằng pháp lợi sinh, tại nơi đó tuyên dương Phật pháp. Không cần nói ra, việc làm của quý vị đủ để người khác nhìn vào noi theo. Ngược lại, nếu tư tưởng, lời nói, việc làm của chúng ta hoàn toàn trái nghịch với kinh điển giáo pháp của Phật thì đó là ta đang *san báng thánh hiền* (khinh chê hủy báng thánh hiền).

Người đời một khi nghe nói chúng ta là Phật tử mà nhìn thấy ta khởi tâm động niệm còn tạo nghiệp ác, còn mưu cầu lợi ích riêng tư, còn khởi lên tham lam, sân hận, si mê, kiêu mạn, tâm lượng hẹp hòi không thể dung thứ người khác, đó là ta khiến cho mọi người trong xã hội khinh thường Phật giáo. Vì sao khinh thường? Chính vì quý vị tự mình hủy báng thánh hiền, khiến cho người khác khinh thường Phật giáo. Cho nên chính tự thân mình đã tạo thành những nghiệp ác như thế. Quý vị suy ngẫm xem, nghiệp ác như thế, hãy nghĩ cho kỹ, thật không thể kham nổi! Tội nghiệp như thế chính là năm tội nghịch, mười điều ác. Về quả báo, trong kinh điển dạy đều hoàn toàn chính xác, không sai chút nào.

Quý vị đồng tu học Phật chúng ta khi chịu sự lăng nhục ức hiếp của người khác, chịu sự hủy báng của người khác, chịu sự hãm hại của người khác, vẫn luôn tỏ ra tâm bình khí hòa, tuyệt đối không khởi sinh mảy may ý niệm xấu ác. Như vậy thì đại chúng trong xã hội một khi nhìn thấy liền nghĩ, người Phật tử ấy thật tuyệt vời, người ấy quả thật có tu dưỡng. Họ liền ngợi khen xưng tán Phật giáo. Nhân nơi sự biểu hiện [tốt] của cá nhân quý vị mà khiến cho rất nhiều người đối với lời răn dạy của Phật-đà sinh khởi lòng tin, công đức của quý vị như vậy thật vô lượng vô biên.

Cho nên, thiện tri thức là ai? Chính là bản thân mỗi chúng ta. Chúng ta tùy thuận vâng theo lời răn dạy của Phật, đó là thiện tri thức. Trái nghịch lời Phật dạy, đó là ác tri thức. Tùy thuận vâng theo lời Phật dạy thì tương lai xán lạn huy hoàng, tương lai sinh về cõi Phật. Trái nghịch lời Phật dạy, ngày sau khổ nạn vô cùng, quả báo vào địa ngục A-tỳ. Cho nên, quý vị nhất định phải thấu hiểu rõ ràng, quả báo cực thiện với quả báo cực ác đều [quyết định] chỉ trong khoảng thời gian một ý niệm của tự thân mình. Chúng ta trong một niệm, vì sao phải tạo ác? Vì sao không khởi niệm lành?

Phật pháp thù thắng, hết thảy các tôn giáo khác cũng không một tôn giáo nào là không thù thắng, chỉ do đối tượng giáo hóa khác nhau mà thôi. Cho nên, chúng ta đọc kinh Phật, chúng ta là người mới học, mới học thì nhất định phải vào sâu một pháp, huân tu lâu dài, làm an định vững chắc căn cơ chính mình. Trong Phật pháp, căn cơ đó là giới, định, tuệ.

Thế nào là học giới? Tùy thuận vâng theo lời răn dạy của Phật, đó là trì giới. Trong kinh điển Phật dạy ta làm như thế nào, chúng ta cứ chân thành nghiêm cẩn làm theo đúng như thế ấy, quyết định không được tùy thuận theo ý riêng của mình. Phải biết rằng, làm theo ý riêng của mình thì không một việc nào là không tạo tội. Không chỉ Phật tổ dạy ta như thế, trong Cơ Đốc giáo thì kinh thánh, các đức cha, mục sư cũng dạy tín đồ của họ như thế.

Vậy thì sự khác biệt giữa Phật giáo các tôn giáo khác là ở chỗ nào? Chúng ta có thể nói, các tôn giáo khác tu học không lìa bỏ bốn tướng [ngã, nhân, chúng sinh, thọ giả]. Nói cách khác, không lìa bỏ phân biệt, bám chấp. So với các tôn giáo khác, chỗ khác biệt của Phật giáo là lìa bỏ hết thảy vọng tưởng, phân biệt, bám chấp. Khác nhau là ở chỗ này.

Như vậy, ta cần tự đặt câu hỏi, chúng ta có lìa phân biệt, bám chấp hay không? Nếu không lìa phân biệt, bám chấp, thì chúng ta so với các tôn giáo khác không có gì khác biệt. Tín đồ của họ có thể tùy thuận vâng theo ý muốn Thượng đế, vâng theo những lời răn dạy trong Tân ước, Cựu ước. Chúng ta học Phật, đọc kinh Phật mà vẫn buông thả tùy thuận theo tập khí vọng tưởng của chính mình thì ta không bằng họ. Điều này nhất định phải hiểu rõ.

Nếu không lìa bỏ phân biệt, bám chấp, quyết định không thể ra khỏi Dục giới, không thể ra khỏi sáu đường [luân hồi]. Tín đồ các tôn giáo khác đích thực là lên được thiên đường, việc làm của chúng ta thì đọa vào địa ngục. Đây là lời chân thật, là nói rất thành thật.

Tiếp theo câu *"San báng thánh hiền"* (Khinh chê hủy báng thánh hiền.) là câu *"Xâm lăng đạo đức"* (Xâm hại hủy nhục người đạo đức). Chúng ta mỗi ngày đều phạm vào lỗi này, biết làm thế nào được! Ngày sau thật đáng thương. Điều may mắn là mạng sống này của ta vẫn chưa chấm dứt, hay nói cách khác là vẫn còn có một cơ hội quay đầu hướng thiện.

Trong kinh Phật nói rất rõ, người tạo tác tội nghiệp hết sức nặng nề, chỉ cần có thể sám hối, có thể sửa lỗi, có thể quay đầu hướng thiện thì đó là Bồ Tát. Trong Quán kinh kể chuyện vua A-xà-thế tạo tội nặng nề, phạm vào năm tội nghịch, mười điều ác, lúc lâm chung sám hối, niệm Phật cầu sinh Tịnh độ, đức Thế Tôn cho chúng ta biết là ông được thượng phẩm trung sinh.[1]

Cho nên, chúng ta đối với những người tạo nghiệp cực ác cũng đều không được khinh thường. Khinh thường họ là mắc lỗi *"san báng"* (khinh chê hủy báng). Vì sao không dám khinh thường họ? Vì một khi họ quay đầu hướng thượng, dũng mãnh tinh tấn thì nói không biết chừng phẩm vị của họ còn cao hơn chúng ta, chúng ta còn kém rất xa so với họ, làm sao dám khinh thường? Vì thế, Bồ Tát Phổ Hiền dạy chúng ta phải đem lòng chân thành cung kính đối với hết thảy chúng sinh. Lời răn dạy này là chân thật.

Người khác khinh thường chúng ta, ức hiếp làm nhục chúng ta, ta cũng quyết định không dám khinh chê hủy nhục họ. Trong mắt họ xem ta không phải là người, trong mắt ta luôn xem họ là Phật, là Bồ Tát. Chúng ta phải tu hành như thế. Mỗi người đều có nhân quả riêng của mình, mỗi người đều có báo ứng riêng của mình. Chúng ta vất bỏ đi những vọng tưởng, phân biệt, bám chấp của mình, hết thảy mọi việc đều tùy thuận vâng theo những lời răn dạy của chư Phật, Bồ Tát. Tu tập được như vậy là có phúc, là có trí tuệ. Nếu nói theo các tôn giáo khác thì người như vậy được cứu rỗi.

Người nào là thánh hiền? Trong mắt nhìn của người chân chính tu đạo thì hết thảy chúng sinh đều là thánh hiền. Đồng tử Thiện Tài [trong kinh Hoa Nghiêm] đã thành tựu được như vậy, tuyệt đối không dám khinh thường bất kỳ một người nào. Đại sư Lục tổ Huệ Năng nói rất hay: *"Nếu là người chân thật tu đạo, không thấy lỗi lầm của người thế gian."* Ngài nói

---

[1] Chúng tôi ngờ rằng có sự nhầm lẫn nào đó khi ghi chép lại lời giảng của Hòa thượng. Quán kinh đúng là có nhắc đến chuyện vua A-xà-thế phạm tội ngũ nghịch (giết cha) nhưng không có việc "lúc lâm chung sám hối, niệm Phật cầu sinh Tịnh độ". Vua A-xà-thế sám hối quay đầu từ khi được nghe đức Phật thuyết dạy, sau đó hết lòng ủng hộ Phật pháp trong một thời gian dài. Hơn nữa, sau khi Phật nhập Niết-bàn rồi thì vua A-xà-thế vẫn còn sống.

với Thần Hội rằng, ngài chỉ tự thấy lỗi mình, không thấy lỗi của người thế gian. Đại sư Huệ Năng có thể trở thành một bậc Tổ sư, ý nghĩa là ở chỗ này. Chúng ta ngày nay tu học, công phu không đạt hiệu quả, ý nghĩa cũng là ở chỗ này.

Sai lầm của ta là ở chỗ nào? Đó là chỉ thấy lỗi người khác, không thấy lỗi của chính mình. Đừng xem là chuyện nhỏ, đây thật là lỗi lầm rất lớn. Công phu niệm Phật không đạt hiệu quả, tu hành suốt một đời vẫn rơi vào ba đường ác, nguyên nhân vì đâu? Vì chỉ thấy lỗi người khác, không thấy lỗi chính mình. Quý vị tu hành theo cách như vậy là tu để vào ba đường ác. Cũng là tu đạo, nhưng là tu để vào tam ác đạo; cũng là vãng sinh, nhưng là vãng sinh vào trong ba đường ác.

Cho nên không chỉ là đối với chư Phật, Bồ Tát, các bậc tổ sư đại đức, chúng ta mới phải tỏ lòng tôn sư trọng đạo, mà đối với hết thảy các tôn giáo khác cũng đều phải tôn trọng như nhau. Đối với hết thảy chúng sinh đều phải kính trọng xem như cha mẹ, kính trọng xem như Phật, Bồ Tát. Đó chính là điều Phật dạy chúng ta trong kinh điển.

Cha mẹ có lỗi, quý vị dám nói chăng? Người thời xưa không dám nói nhưng người hiện nay lại dám nói. Quý vị xem, thật là hết cách! Ngày trước, cha mẹ có lỗi lầm thì con cái *"không vạch áo cho người xem lưng"*, nhất định không dám nói ra. Cả một đời không dám nói ra. Không chỉ là không dám nói ra, cho đến nghĩ thôi cũng không dám nghĩ đến. Đó là hiếu thuận.

Xã hội hiện nay, nền giáo dục của các bậc hiền thánh xưa đã hoàn toàn vất bỏ. Thánh hiền xưa dạy ta những gì? Dạy ta học làm người. Loại giáo dục đạo đức luân lý như vậy hiện nay vất bỏ rồi, con người không còn giống người nữa. Không giống người, vậy thì giống những gì? Đại sư Thiên Thai nói với chúng ta về *"trăm cảnh giới, ngàn như thị"*.

Thông thường, trong kinh điển nói về mười pháp giới. Đại

sư Thiên Thai dạy rằng, trong mỗi một pháp giới đều có mười pháp giới. Ý nghĩa này rất thâm sâu. Trong pháp giới người có Phật trong cõi người, có Bồ Tát trong cõi người, có chư thiên trong cõi người, có súc sinh, ngạ quỷ, địa ngục trong cõi người. Chúng ta đang ở trong pháp giới người. Trong pháp giới người cũng có mười pháp giới, vậy chúng ta ở pháp giới nào [trong mười pháp giới đó]? Điều này phải tự mình biết rõ.

Làm sao chọn lựa, phân biệt được chúng ta tương ưng với pháp giới nào? Chúng ta phải sử dụng kinh điển giáo pháp làm tiêu chuẩn. Đức Phật vì chúng ta giảng giải nghiệp nhân của mười pháp giới. Tâm bình đẳng là pháp giới Phật. Chúng ta đối với hết thảy mọi người, mọi sự, mọi vật có dùng tâm bình đẳng hay không? Nếu đúng tâm bình đẳng thì quý vị là Phật trong cõi người, quý vị tương ưng với Phật. Nếu là tâm hành sáu ba-la-mật, mỗi một ý niệm đều vì lợi ích hết thảy chúng sinh, mỗi một ý niệm đều vì lợi ích hết thảy đại chúng trong xã hội, như vậy thì quý vị là Bồ Tát trong cõi người.

Tối hôm qua tôi đã giảng đến một đoạn về sáu ba-la-mật, trải qua thời gian hai giờ đồng hồ giảng giải chi tiết, tường tận về việc làm sao vận dụng sáu pháp ba-la-mật vào cuộc sống hằng ngày, trong công tác, trong sự giao tiếp đối đãi. Quý vị có thể làm được, có thể vận dụng thực tế, quý vị chính là Bồ Tát trong cõi người.

Phải hiểu rằng, tâm Nhân duyên là bậc Duyên giác trong cõi người, tâm Tứ đế là bậc Thanh văn trong cõi người. Tâm từ bi hỷ xả, mười nghiệp lành, đó là chư thiên trong cõi người. Nghiêm giữ năm giới, đó là người trong cõi người. Xuống thấp nữa, tâm tham lam là ngạ quỷ trong cõi người, sân hận là địa ngục trong cõi người, ngu si là súc sinh trong cõi người.

Cho nên chúng ta phải thường tự phản tỉnh, thường kiểm điểm suy xét, ta đang ở cảnh giới nào? Chúng ta khởi tâm động niệm, nói năng hành động, tương ưng với cảnh giới nào?

Nếu tương ưng với cảnh giới nào, tương lai nhất định sinh vào cảnh giới đó. Đây không phải chuyện đùa, đây là những lời răn dạy chân thật của chư Phật, Bồ Tát, các bậc đại đức tổ sư.

Chư Phật, Bồ Tát dạy chúng ta sám hối, sám trừ nghiệp chướng, những gì là nghiệp chướng? Vọng tưởng, phân biệt, chấp trước, mưu cầu lợi riêng, tham sân si mạn, những thứ ấy là nghiệp chướng.

Phật dạy chúng ta *"quay đầu là bờ"*, đó là quay đầu hướng thiện, y theo giới định tuệ, y theo lời dạy của chư Phật, Bồ Tát. Không chịu quay đầu thì những việc ta làm chính là [đi vào] ba đường ác trong sáu nẻo luân hồi. Quay đầu sửa lỗi, ít nhất cũng được vào ba đường lành.

Chân chính giác ngộ rõ ràng thì nhất định phải trân quý nhân duyên hy hữu khó gặp được sống [làm người] trong một đời này, vượt thoát sáu đường, vượt thoát mười pháp giới, đó mới chân chính là người thông minh, chân chính có trí tuệ, không còn mê luyến sáu đường luân hồi.

Cho nên, chúng ta đọc qua hai câu *"San báng thánh hiền. Xâm lăng đạo đức"* (Khinh chê hủy báng thánh hiền. Xâm hại hủy nhục người đạo đức), thấy rất khó làm. Chúng ta tự mình làm không được tốt, làm không tốt là đã phạm vào hai câu này. Cho nên phải thực sự nỗ lực sửa chữa lỗi lầm trước đây, mỗi ngày đều phải sửa lỗi. Không được cho rằng tự thân mình không có lỗi. Tự cho rằng mình không có lỗi, đó là lỗi lầm lớn nhất. Bồ Tát ở địa vị Đẳng Giác vẫn còn phải mỗi ngày sửa lỗi, chúng ta có đáng là gì?

Vì thế, mỗi ngày đều phải tự tìm lỗi mình. Tìm bằng cách nào? Thứ nhất là đọc kinh, dùng kinh điển giáo pháp để kiểm điểm. Thứ hai là nhìn nơi người khác, thấy người khác có lỗi lầm liền quay lại xét xem mình có phạm lỗi ấy hay không. Không được hủy báng người khác, không được phê bình chỉ trích người khác, chỉ quay lại xem xét chính mình. Tự mình nếu có lỗi ấy phải gấp rút sửa đổi. Nếu không có thì tự khích lệ mình, phải cố gắng không để phạm vào. Đó gọi là: *"Có lỗi thì sửa, không thì gắng tránh."*

Như thế thì mỗi người phạm lỗi đều là thiện tri thức của ta. Không có người ấy, ta không thể phát hiện ra lỗi của bản thân mình. Cho nên người ấy đã biểu diễn, người ấy đã thị hiện [cho ta xem]. Đối với ta mà nói, người ấy là bạn tốt, là bậc thiện tri thức. Ta nhờ họ nên mới có thể sửa lỗi, tự làm trong sạch bản thân mình, mới có thể quay đầu là bờ, ta làm sao lại có thể phê bình chê trách họ? Sao có thể khinh thường họ?

Cho nên phải suy ngẫm kỹ, Đồng tử Thiện Tài vì sao trong một đời được thành tựu viên mãn, chúng ta vì sao trong một đời mỗi ngày đều tạo tác tội nghiệp? Phải suy ngẫm kỹ, suy ngẫm thật rõ ràng, thật minh bạch, quay đầu hướng thiện, công phu tu tập mới có thể đạt kết quả.

Bài giảng thứ 126

(Giảng ngày 9 tháng 11 năm 1999 tại Tịnh Tông Học Hội Singapore, file thứ 127, số hồ sơ: 19-012-0127)

Thưa quý vị đồng học, cùng tất cả mọi người.

Đoạn thứ 59 và 60 trong Cảm ứng thiên là: *"San báng thánh hiền. Xâm lăng đạo đức."* (Khinh chê hủy báng thánh hiền. Xâm hại hủy nhục người đạo đức.) Hai câu tám chữ này, chúng ta phải hết sức xem trọng, quyết định không được cẩu thả xem nhẹ. Đây là then chốt sự thành tựu hay thất bại trong việc lập thân tu hành của bản thân chúng ta.

Mọi người chúng ta đều biết, thế gian này trước mắt đang có tai nạn cực kỳ nghiêm trọng. Theo Phật pháp mà nói thì những tai nạn lớn này đều thuộc về hoa báo, còn quả báo là ở đời sau. Quả báo so với hoa báo nhất định sẽ còn nghiêm trọng hơn nhiều.

Tai nạn phát sinh như thế nào? Đại sư Thanh Lương trong phần chú sớ kinh Hoa Nghiêm trích dẫn và căn cứ kinh điển để nhiều lần chứng minh với chúng ta: *"Hết thảy các pháp sinh từ tâm tưởng."* Chúng ta quan sát thật kỹ người đời cũng như quay lại quan sát chính mình, cách nghĩ cách nhìn của chúng ta bất thiện, chư Phật, Bồ Tát đối với chúng ta từ bi khó nhọc răn dạy, chúng ta cũng nghe mãi đến quen tai, thế nhưng vẫn không làm được.

Trong những lời dạy của Phật, quan trọng thiết yếu nhất là một khái niệm cơ bản, là nguồn gốc của mọi điều lành dữ, họa phúc, cũng là nguồn gốc của phàm thánh, mê ngộ. Phật dạy rằng, *hết thảy chúng sinh trong các pháp giới cùng khắp hư không với ta đều cùng một tánh thể,* chúng ta có nhận biết được như vậy hay không? Phần *"kiến hòa đồng giải"* (chia sẻ tri thức, kiến giải để cùng thấu hiểu) trong sáu pháp hòa kính chính là được xây dựng, thiết lập trên cơ sở [quan điểm căn bản] này.

Vì thế nên chư Phật, Bồ Tát mở bày thị hiện cho chúng ta thấy rõ chính là *"vô duyên đại từ, đồng thể đại bi"*, trong đó nhấn mạnh hai chữ *"đồng thể"*. Thể là gì? Thể là tính thể, [đồng thể là] đồng một chân như bản tính. Vì thế, trong kinh luận mới thường nói: *"Ba đời mười phương Phật, cùng chung một pháp thân."* Ba đời mười phương Phật đó là chỉ cho hết thảy chúng sinh, bao quát cả hữu tình và vô tình. Trong kinh Hoa Nghiêm nói là: *"Tình dữ vô tình, đồng viên chủng trí."* ([Chúng sinh] hữu tình và vô tình đều cùng một trí tuệ hiểu biết tất cả.)

Tâm chân thành, từ bi, thương yêu tràn ngập khắp pháp giới, đó là khái niệm cơ bản trong giáo pháp Đại thừa. Thanh tịnh thì quyết định không bị nhiễm ô; bình đẳng thì quyết định không có sự phân biệt. *"Kiến hòa đồng giải"* được xây dựng, thiết lập trên cơ sở đó. Hết thảy những sai lầm của chúng ta ngày nay đều là khác biệt với quan điểm này, thậm chí là trái ngược. Trái ngược, hoàn toàn ngược lại.

Ý niệm của chư Phật và Bồ Tát gọi là chính niệm. Chính niệm là nghĩ đến hết thảy chúng sinh trong các pháp giới cùng khắp hư không, nghĩ đến một tổng thể. Chúng ta ngày nay khởi tâm động niệm đều vì riêng bản thân mình, vì đoàn thể nhỏ nhoi của mình. Hơn nữa, đối với sự *thị phi, lợi hại* thường là đều do sự mưu cầu lợi riêng mà quan niệm sai lầm, không có năng lực phân biệt [đúng đắn]. Vì thế mà chúng ta học Phật, nói thật ra là những điều cơ bản đều không học được, không vận dụng vào thực tế.

Chúng tôi đem tinh túy của Phật pháp quy về thành mười câu [hai mươi chữ],[1] thường ghi nhớ trong lòng, thường đem

---

[1] Hòa thượng đang nói đến các tôn chỉ: "Chân thành, thanh tịnh, bình đẳng, chính giác, từ bi; Nhìn thấu, buông xả, tự tại, tùy duyên, niệm Phật." Trong phần này chỉ đề cập đến năm câu, mười chữ đầu tiên.

những điều khởi tâm động niệm, nói năng hành động của chính bản thân mình so sánh đối chiếu với những tiêu chuẩn [trong mười câu ấy] để tự tu sửa cho chính đáng.

Chúng ta đối với mọi người, mọi sự, mọi vật có dùng tâm chân thành hay không? Nếu dùng tâm chân thành, tâm ấy chính là tâm đạo, là bản thể của tâm Bồ-đề. Chí thành là bản thể của tâm Bồ-đề, tâm sâu vững là chỗ tự lợi của tâm Bồ-đề, tâm đại bi là chỗ lợi tha của tâm Bồ-đề. Những gì là tâm sâu vững? Thanh tịnh, bình đẳng, chính giác là tâm sâu vững. Cho nên, mười chữ [chân thành, thanh tịnh, bình đẳng, chính giác, từ bi] đó chính là tâm Bồ-đề. Chúng ta khởi tâm động niệm, xử sự, đối đãi với người, tiếp xúc muôn vật, mỗi phút mỗi giây đều vận dụng mười chữ này để so sánh, xem có tương ưng hay không? Không tương ưng thì đó là tâm luân hồi, tương ưng được thì đó là tâm đại Bồ-đề.

Vì sao đã biết vậy mà không làm được? Ngạn ngữ có câu: *"Nhìn thấu suốt, nhẫn nhịn không qua."* *"Nhìn thấu suốt"* là hiểu biết sáng tỏ, nhưng biết rõ [điều không tốt] vẫn cố phạm vào, đó là *"nhẫn nhịn không qua"*. Cho nên, kinh Kim Cang dạy rằng: *"Hết thảy các pháp được thành tựu từ đức nhẫn."* Hết thảy các pháp thế gian và xuất thế gian, nếu muốn thành tựu, điểm then chốt đều là ở pháp tu nhẫn nhục ba-la-mật. Nhẫn nhục được ít thì thành tựu nhỏ, nhẫn nhục được nhiều thì thành tựu lớn, không nhẫn nhục thì không thể thành tựu, cho nên phải có khả năng nhẫn chịu. Đôi bên đều không thể dung thứ, nhẫn nhục, không chỉ là tự bản thân mình không thể thành tựu mà còn gây hại đến xã hội, gây hại đến người khác, khiến chúng sinh lầm lạc.

Cho nên, trong sáu pháp ba-la-mật, đức Thế Tôn đối với nhẫn nhục ba-la-mật giảng nói rất nhiều, đặc biệt chú trọng, đặc biệt khuyên bảo khích lệ, dạy chúng ta giữ tâm an bình, khí tĩnh lặng. Được như vậy thì đối với hết thảy các pháp mới có năng lực dung hội, quán chiếu thông suốt.

Nhẫn nại là phương tiện trước khi tu định, cũng là công phu dự bị để tu định. Định có thể sinh ra trí tuệ, có trí tuệ mới có thể giải quyết được vấn đề, mới có thể tự cứu độ mình, cứu độ người khác. Điều này hết sức quan trọng thiết yếu.

Đời người ở thế gian này hết sức ngắn ngủi, trong kinh điển đức Phật từng có lần cảnh tỉnh chúng ta: *"Mạng người chỉ trong hơi thở."* Ngàn vạn lần cũng không được suy nghĩ sai lầm, cho rằng vẫn còn được mấy mươi năm nữa, dù còn mấy trăm năm nữa, đó cũng chỉ như giấc mộng. Là vọng tưởng thôi! Người thông minh thực sự có trí tuệ chỉ nắm lấy ngay giây phút trước mắt này. Đó là trí tuệ chân thật, tuyệt đối không để vì bất kỳ nguyên nhân chướng nạn nào mà buông bỏ việc tu hành, buông bỏ việc tích lũy công đức. Nếu để xảy ra như vậy là người ngu si nhất thế gian này, hoàn toàn không có trí tuệ. Người có trí tuệ thì nhất định phải nắm chắc cơ hội [được làm người] này. Cho nên, nhẫn nhục là quan trọng thiết yếu hơn bất kỳ điều gì khác.

[Lại nói về] đời người ở thế gian này. Hôm qua có một em sinh viên đến gặp tôi. Năm tới đây em tốt nghiệp đại học, thưa hỏi tôi rằng sau khi tốt nghiệp phải làm sao? Cha mẹ có ý kiến, các bậc trưởng bối đều có ý kiến, em không biết phải đi theo con đường nào là tốt. Tôi bảo em sinh viên ấy, người sống qua một đời, nhìn xem từ xưa nay, ở khắp mọi nơi, thế gian hay xuất thế gian, nói chung những người có thành tựu thì nhất định đều phải có một phương hướng, phải có một mục tiêu, suốt đời cứ tuần tự đi theo phương hướng ấy, hướng về mục tiêu ấy mà nỗ lực, tinh tấn, thì người ấy mới thành công. Nếu như không có phương hướng, không có mục tiêu, ngày ngày đều dọ dẫm tìm kiếm, suốt đời như vậy cũng không thành tựu được việc gì.

Lại còn phải nghĩ đến năng lực của mình có giới hạn, tinh thần khí lực có giới hạn, thời gian ngày tháng có giới hạn, cho nên mục tiêu đặt ra cũng không được quá nhiều. Nhiều quá thì không làm nổi. Hơn nữa, còn phải tùy theo nhân duyên, miễn cưỡng cũng không thể làm được.

Tôi hỏi em sinh viên ấy: "Con học đại học là mục đích gì?" Trả lời: "Con muốn kiếm được nhiều tiền." Tôi nói: "Kiếm tiền nhiều lại dễ dàng thế sao?" Khi tôi ở nước Mỹ đã từng thấy nhiều người học đến học vị bác sĩ mà đời sống hết sức khốn khó đến mức cùng cực. Tại Đài Loan, ông Vương Vĩnh Khánh chỉ học hết tiểu học nhưng là người giàu có lớn. Có thể thấy, việc kiếm được nhiều tiền chẳng phải do học hành, đọc sách mà được.

Vậy do đâu kiếm được nhiều tiền? Là do đời trước đã có tu nhân, hay nói cách khác, trong vận mạng đã sẵn có thì quý vị mới có. Trong vận mạng [nhân quả] không có, quý vị dù kiếm tiền cách nào cũng không kiếm được. Quan niệm sai lầm thì đối với ý nghĩa, chân tướng sự thật đều không hiểu được. Tiền bạc giàu có đều là quả báo của việc bố thí tài vật. Chúng ta nhìn thấy trong xã hội hiện tại có những người phát tài giàu có lớn, ta biết rất rõ rằng đó là quá khứ họ đã từng ở trong cửa Phật gieo trồng phúc đức, nên mới có được phước báo lớn như vậy.

Người thông minh trí tuệ là nhờ bố thí pháp mà được, khỏe mạnh sống lâu là nhờ bố thí vô úy, giúp người khác được an ổn. Quý vị không biết tu nhân lại tham cầu quả báo, Phật pháp nói là *"không có lẽ ấy"*. Không có lý nào như vậy.

Người đời mê đắm trong quả báo đang được hưởng, quả báo hưởng hết rồi, suốt một đời này lại không tu phúc, cho nên đời sau không được như đời này. Mỗi đời, mỗi đời đều khác biệt. Nếu như tạo tác nghiệp tội, những nghiệp tội ấy hết sức dễ dàng tạo ra, trong chỗ không hay không biết tạo ra vô lượng vô biên nghiệp tội. Đặc biệt là người được giàu có, người có địa vị, đối với xã hội có tầm ảnh hưởng, một khi sai lầm thì ảnh hưởng rất lớn lao. Chỉ riêng ảnh hưởng của người phát tài giàu có lớn như vậy đã làm hại vô lượng vô biên chúng sinh. Như vậy không phải cứu người, chính là hại người. [Người giàu có] nếu có thể chuyển đổi được ý niệm, hướng về phục vụ hết thảy chúng sinh, tạo phúc cho nhân quần xã hội, công đức đó thật lớn lao, phước báo cũng lớn lao. Người đời hiện nay hiểu rõ được như vậy rất ít, do lỗi không đọc sách thánh hiền. Không đọc sách, không giảng giải.

Thế nào gọi là tu thân? Sám hối, phản tỉnh, sửa lỗi, đó là chân thật tu hành, công phu chân chính. Tất nhiên cũng cần phải biết rằng chúng ta chưa thành Phật. Chưa thành Phật thì ngay cả Bồ Tát ở địa vị Đẳng Giác cũng có lỗi lầm. Ưu điểm của các ngài là mỗi ngày đều kiểm điểm lỗi lầm của chính mình, mỗi ngày đều sửa đổi lỗi lầm của mình. Cho nên các ngài có thể thành Phật. Bồ Tát đã đến địa vị ấy chỉ thẳng một đường ngày càng lên cao. Chúng ta không rõ biết [như vậy], chúng ta thật đáng thương. Chỉ thấy lỗi lầm của người khác, không thấy lỗi của chính mình. Cho nên, con đường phía trước của chúng ta ngày càng xuống dốc.

Thấy lỗi của người khác thì tránh không khỏi việc *"khinh chê hủy báng"*, sinh ra kiêu ngạo tự mãn, đó là tạo nghiệp. Không thấy lỗi của mình thì vĩnh viễn không sửa đổi được. Không chỉ là không sửa lỗi được, mà mỗi ngày lại càng tăng thêm, như vậy sao có thể được?

Người thực sự tu hành, nhìn thấy lỗi của người khác là lỗi của chính mình. Tự mình không thấy được lỗi của mình, thấy lỗi của người khác thì xem như thấy lỗi của mình. Tự mình liền suy ngẫm, bản thân mình có phạm vào lỗi ấy hay không? Nếu có phạm vào liền gấp rút sửa đổi. Nếu không phạm vào thì tự khích lệ mình phải cố gắng tránh không phạm vào.

Vì thế, chúng ta đọc trong kinh Hoa Nghiêm, người chân chính tu hành chỉ thấy có bản thân mình là người phàm, còn ngoài ra hết thảy đều là chư Phật, Bồ Tát, đều là những bậc thiện tri thức của mình. Đồng tử Thiện Tài đã thành tựu được như vậy. Quan điểm như vậy của Đồng tử Thiện Tài có sai lầm hay không? Có phải đó là [ám thị theo kiểu] *"tinh thần AQ"* hay không? Tuyệt đối không phải vậy.

Vì sao nói là không phải? Vì hết thảy chúng sinh trong các pháp giới cùng khắp hư không đều là *"do tâm hiển hiện"*. Tâm là Phật, Phật hiển hiện ra. *"Do thức biến hóa"*, thức là Bồ Tát, cho nên hết thảy chúng sinh trong các pháp giới cùng khắp hư không quả thật chính là chư Phật, Bồ Tát. Các ngài vì ta mà thị hiện đủ mọi cách, giúp đỡ hỗ trợ chúng ta đoạn trừ đủ mọi phiền não, thành tựu cho chúng ta đủ mọi đức hạnh, thật đáng tiếc là chúng ta đọc kinh Hoa Nghiêm mà không học được.

Quý vị nếu học được thì quý vị là Thiện Tài. Quý vị nếu học được thì quý vị cũng như Thiện Tài, chỉ trong một đời thành tựu viên mãn, đâu cần thiết phải trải qua ba đại a-tăng-kỳ kiếp? Nếu quý vị thấy mình là người, kẻ khác cũng là người, quý vị nhìn thấy họ chẳng có gì tốt đẹp đáng học, như vậy thì quý vị liền phải tu tập qua ba đại a-tăng-kỳ kiếp.

Người thành tựu được trong một đời là người luôn khẳng định chỉ duy nhất riêng mình là phàm phu, trừ bản thân mình ra thì hết thảy đều là chư Phật, Bồ Tát đại từ đại bi thị hiện ở đời. Lời này là sự thật muôn vạn lần chính xác, nhất định không phải lời gian dối.

Bất kể là già trẻ gái trai, mỗi người đều có hành nghiệp riêng, thậm chí đến cây cối hoa cỏ, núi sông đại địa, hết thảy hiện tướng, hết thảy đều là chư Phật Như Lai từ bi thị hiện hóa độ chúng ta. Chúng ta có thể dùng tâm thái như vậy để tu học, đó là người học theo Đại thừa chân chính, thành tựu tự thân mình, cũng là thành tựu chúng sinh. Vì sao vậy? Ta và người không hai không khác, người với ta cùng một tánh thể.

Cho nên, trong kinh điển đức Phật thường dạy: "Muốn hóa độ chúng sinh, trước tiên phải độ chính mình." Nói thật ra, độ chính mình là độ chúng sinh, tự mình chân chính làm được, nêu gương tốt cho người khác noi theo.

Chúng ta nhìn thấy chúng sinh giác ngộ, nghĩ lại xem tự mình có giác ngộ không? Nhìn thấy chúng sinh mê muội, nghĩ lại xem tự mình có mê muội hay không, liền nhanh chóng quay đầu. Đó gọi là *"hồi quang phản chiếu"* (quay lại soi rọi chính mình), như vậy thì chúng ta mới được lợi ích chân thật.

Tốt rồi, hôm nay thời gian đã hết, chúng ta giảng đến đây thôi.

Bài giảng thứ 127

(Giảng ngày 10 tháng 11 năm 1999 tại Tịnh Tông Học Hội Singapore, file thứ 128, số hồ sơ: 19-012-0128)

Thưa quý vị đồng học, cùng tất cả mọi người.

Phần chú giải trong sách *Cảm ứng thiên vị biên* có nội dung vô cùng phong phú, vì thời gian có hạn nên tôi không thể đem hết tất cả những chỗ tinh túy hay đẹp như vậy trình bày với mọi người. Thế nhưng sách này được in ấn lưu hành với số lượng rất lớn, mong rằng mọi người đều có thể tự mình thực sự nỗ lực [tìm đọc và] học tập. Đặc biệt là phải thường xuyên lúc nào cũng y theo những lời răn dạy của các bậc thánh hiền xưa, thực sự phản tỉnh, sửa chữa lỗi lầm, tự làm trong sạch chính mình, [như vậy thì] chúng ta mới có thể tự giúp mình thoát khỏi khổ nạn.

Không chỉ là khổ nạn hiện nay. Người bình thường xem trọng hiện tại, đâu biết rằng những khổ nạn ngày sau còn chưa biết có thể nghiêm trọng hơn bao nhiêu lần so với hiện tại. Điều này rất đáng để chúng ta lưu tâm thận trọng cảnh giác.

Phần kết luận sau cùng của chú giải nói: *"Những người kính trọng tin tưởng bậc thánh hiền, chưa từng có ai lại không được quả báo làm thánh làm hiền."* Câu kết này rất hay, cũng chính là khuyên bảo khuyến khích chúng ta, phải biết tôn sùng kính trọng, tin tưởng ngưỡng mộ những lời răn dạy của thánh hiền.

Thế nào là tôn sùng kính trọng? Thế nào là tin tưởng ngưỡng mộ? Tất cả đều nằm ở chỗ *"y giáo phụng hành"* (vâng làm y theo lời dạy). [Như vậy thì] chúng ta mới đạt được quả báo chân thật đúng như lời dạy của thánh hiền.

Đoạn thứ 60 là câu: *"Xâm lăng đạo đức."* (Xâm hại hủy nhục người đạo đức.) Phần chú giải mở đầu nói: *"Những người đạo đức trong thế gian"*, thế nào là người đạo đức? *"Như các nho sĩ đọc sách rõ nghĩa"*, đây thuộc về Nho gia, *"hoặc bậc tăng sĩ tu hành khắc khổ"*, đó là những người có đạo đức. Nói cách khác, *đạo* là hiểu rõ được lý lẽ, *đức* là có thể đem sự hiểu biết đó vận dụng vào thực tế, gọi là *đức hạnh*. Tiếp theo lại nói: *"Lời họ nói ra là phép tắc, việc làm của họ là khuôn mẫu."* Điều này cũng giống như hiện nay chúng ta nói: *"Học vi nhân sư, hành vi thế phạm."* (Học để làm thầy người khác, hành động để nêu gương cho đời.) Những người như vậy là bậc đạo đức.

Các vị này khởi tâm động niệm, nói năng hành động đều là vì xã hội, vì chúng sinh, không vì riêng bản thân mình. Cho nên gọi là *"siêu việt hơn tất cả"*, các vị siêu việt hơn hẳn tất cả những người bình thường. Do đâu mà siêu việt? Người bình thường một khi khởi tâm động niệm, không việc gì không vì riêng bản thân mình, tâm lượng nhỏ hẹp. Người có đạo đức thì tâm lượng rộng lớn. Trong Phật pháp gọi là *"phát tâm Bồ-đề, hành đạo Bồ Tát"*. Bất kể chúng ta hiện nay giữ cương vị gì, đang làm công việc gì, đều phải hiểu rõ được ý nghĩa này, đều phải lo tu học.

Cho nên tâm lượng phải rộng lớn. Ngạn ngữ thường nói: *"Lượng lớn phúc lớn."* Mọi người ai cũng mong cầu được phước báo lớn, nhưng phước báo lớn từ đâu mà có? Họ không biết. Người đi trước đã răn dạy quá nhiều nhưng chúng ta xem nhẹ bỏ qua. [Những lời dạy này] cũng thường được nghe, thậm chí tự thân mình cũng thường nói ra. Thường nghe thường nói, nhưng không để vào tâm ý. Không để vào tâm ý tức là không thực sự ghi nhớ trong lòng, không thực sự đem những điều này vận dụng vào hành vi của mình, cho nên tự mình không thể đạt được quả báo thù thắng.

Chúng ta sống giữa đời này, các bậc thánh hiền thế gian cũng như xuất thế gian, không riêng ở Trung quốc mà trong các tôn giáo ở những nước khác, các bậc đại thánh đại hiền đều khác miệng đồng lời vì chúng ta dạy rằng: Phải thành tựu việc tốt đẹp cho người, không thành tựu việc xấu ác cho người. Người khác làm một việc gì đối với chúng sinh, đối với xã hội không có lợi ích, chúng ta không giúp đỡ hỗ trợ. Nếu là việc đối với chúng sinh, đối với xã hội có lợi ích, chúng ta phải hết lòng hết sức giúp đỡ hỗ trợ họ, tùy hỷ công đức. So với công đức việc làm của người ấy, công đức tùy hỷ của ta cũng không khác biệt. Vì sao vậy? Vì tâm thức tương đồng. Người ấy tự thân ra sức làm, vì họ có đủ duyên để làm. Chúng ta không làm, vì ta không có đủ duyên. Nhưng tâm lượng cả hai đều giống nhau, đều bình đẳng, cho nên phước báo có được cũng như nhau. Nếu như thấy người khác làm việc tốt, làm việc thù thắng, ta lại sinh tâm đố ky, gây chướng ngại, dùng lời lẽ hủy báng, dùng mọi thủ đoạn bất chính để phá hoại, tội lỗi ấy rất nặng nề.

Quý đồng tu học Phật đều biết, trong năm tội nghịch có tội *"phá hòa hợp tăng"*. Ý nghĩa điều này rất rộng, thế nhưng ít người hiểu được, thường vẫn cho rằng *"phá hòa hợp tăng"* là phá hoại tăng đoàn. Cách hiểu điều này như vậy là hết sức hạn hẹp. Ý nghĩa thực sự của *"hòa hợp tăng"* là gì? Tăng là đại danh từ chỉ cho một đoàn thể, hơn nữa đoàn thể ấy phải sống chung hòa hợp vui vẻ, cho nên mới gọi đó là tăng đoàn, không nhất định chỉ riêng đoàn thể những người xuất gia. Bất kỳ đoàn thể nào trong thế gian, chỉ cần người lãnh đạo và tất cả mọi người trong đoàn thể hợp thành một tập thể sống chung hòa hợp vui vẻ, thì đoàn thể ấy gọi là tăng đoàn, không nhất thiết chỉ nói đến người xuất gia. Người xuất gia mà sống chung không hòa hợp, đó không gọi là tăng đoàn. Cho nên, Phật nói với ý nghĩa này, chúng ta phải hiểu thật rõ ràng, vì thế mới gọi là *"hòa hợp tăng"*.

Về sự hòa hợp, nhà Phật nêu ra sáu điều kiện, gọi là *"lục hòa kính"* (sáu điều hòa kính). Chúng ta nhìn thấy nơi các tôn giáo khác, như nhìn thấy trong Thiên Chúa giáo, nhìn thấy trong Hồi giáo, các tôn giáo ấy đích thực có đủ sáu điều hòa kính. Đoàn thể của họ đối với xã hội, đối với chúng sinh có sự cống hiến. Họ làm được rất nhiều những sự nghiệp phúc lợi. Nếu chúng ta đối với họ có ý xấu phê bình chỉ trích, có ý xấu hủy báng, nghiệp tội ấy phải đọa vào địa ngục. Ý nghĩa ở tầng bậc này, rất ít người hiểu được.

Tại Trung quốc, trong Nho gia, trong Đạo giáo, những người chân chính tu hành đều là tăng đoàn hòa hợp. Chúng ta nhìn vào các tôn giáo khác, chỉ cần họ kính tin thờ phụng tôn giáo của mình, hiểu rõ giáo nghĩa, vâng làm y theo lời dạy, lợi lạc chính mình và lợi lạc cho người khác, thì tất cả đều là tăng đoàn. Trong các tăng đoàn như vậy, chỗ thù thắng hơn của tăng đoàn Phật giáo so với tăng đoàn của các tôn giáo khác là trong Phật giáo không hề có sự mưu cầu lợi riêng. Lời Phật dạy *"vô ngã tướng, vô nhân tướng, vô chúng sinh tướng, vô thọ giả tướng"* là [phẩm tính] vượt trên hết thảy các tăng đoàn.

Thế nhưng, chúng ta ngẫm nghĩ xem, chúng ta học Phật, gia nhập tăng đoàn Phật giáo, nhưng ta vẫn còn *"ngã tướng, nhân tướng, chúng sinh tướng, thọ giả tướng"*, vậy thì chúng ta nhất định chẳng vượt hơn gì các tôn giáo khác, thậm chí còn không bằng họ. Chúng ta phải nói ra bằng lương tâm, không thể tự khen mình chê người. Người khác có chỗ tốt thì đó là tốt, có ưu điểm thì đó là ưu điểm, chúng ta phải ngợi khen, tán thán, xưng dương. Chỗ nào ta không bằng họ thì phải thừa nhận, phải hối lỗi, [phải thấy chỗ] Phật pháp cao siêu, thù thắng, ta chưa làm được.

Đối với những bậc có đạo đức, nếu quý vị xâm phạm đến, tội lỗi rất nặng nề. Quý vị đối với họ không những không có sự tôn kính, lại còn khinh thường, trong lúc vô tình hay cố ý còn khinh chê hủy nhục họ, lấn lướt họ, gây chướng ngại cho họ. Nói thật ra, trong nhà Phật thì việc định tội quý vị không phải là tội gây chướng ngại một người, vì quý vị lấn lướt một người, khinh chê hủy nhục một người là tội nhỏ, nhưng ở đây phải xét việc đức hạnh, học vấn, đạo đức của người này có ảnh hưởng rất lớn đến xã hội, quý vị xâm phạm, hủy nhục họ là phá hoại lòng tin của đại chúng trong xã hội.

Trong kinh điển đức Phật dạy rằng, những bậc thiện tri thức như vậy là mắt nhìn của chúng sinh, là ngọn đèn sáng trong chỗ tối tăm. Họ giáo hóa chúng sinh, họ là người hiền thiện trong xã hội, là tấm gương tốt của đại chúng trong xã hội. Quý vị khinh chê, hủy nhục những người như vậy, không phải là đối với họ, mà là quý vị đang hủy nhục hết thảy chúng sinh, đem tấm gương thiện lương tốt đẹp của hết thảy chúng sinh hủy hoại đi, khiến đại chúng trong xã hội bị mất tiêu chuẩn noi theo để phân biệt thiện ác. Tội lỗi như vậy là quá lớn. Do sự định tội như vậy, quý vị mới phải đọa vào địa ngục A-tỳ.

Ngược lại, nếu như quý vị đối với các bậc đạo đức có sự ngợi khen xưng tán, ủng hộ, giúp đỡ, hỗ trợ thì công đức vô lượng vô biên. Mọi điều lành dữ, họa phúc đều quyết định chỉ trong một niệm. Cho nên, người giác ngộ thì phải hết lòng hết sức ngợi khen xưng tán, hợp lực, trợ giúp [với các bậc đạo đức].

Chúng ta không đủ sức lực, không đủ duyên phần, thì chúng ta khởi tâm hướng về họ, tán thành là đủ, chúng ta khởi tâm ngợi khen, xưng tán họ là đủ, cũng đạt được công đức viên mãn, vậy sao không chịu làm? Vì sao phải tạo tác nghiệp tội?

Bài giảng thứ 128

(Giảng ngày 12 tháng 11 năm 1999 tại Tịnh Tông Học Hội Singapore, file thứ 129, số hồ sơ: 19-012-0129)

Thưa quý vị đồng học, cùng tất cả mọi người.

Xin mời xem *Cảm ứng thiên*, đoạn thứ 61: *"Xạ phi trục tẩu, phát chập kinh thê. Điền huyệt phú sào, thương thai phá noãn."* (Bắn chim rượt thú, đào trùng đuổi chim. Chặn hang lật tổ, phá thai hại trứng.) Đây là đoạn thứ tư nói về quả báo xấu ác, thuộc về những điều ác của sự giết hại sinh mạng.

Phi là các loài chim bay, *tẩu* là chỉ chung các loài thú chạy, *chập* là chỉ loài côn trùng nhỏ bé sống ẩn nấp [dưới mặt đất] không lộ ra, *thê* là trú ngụ, như *điểu thê* là nói chim đậu trên cây, *thú thê* là nói [loài thú] ngụ trong hang ổ. *"Thương thai phá noãn"* (phá thai hại trứng), *thai* là nói các loài thú [sinh từ bào thai], *noãn* là nói các loài chim [sinh nở từ trứng].

Việc giết hại [sinh mạng], vào thời xưa sống theo lối du mục nên cũng là bất đắc dĩ mà phải làm. Cho nên, ở Trung quốc các vị thánh vương trước đây mỗi khi săn bắn thì mở lưới trống ba phía, đó là nhân từ. Tuyệt đối không giăng ra một lưới mà bắt sạch cầm thú, vì ý niệm, hành vi như vậy là quá tàn nhẫn. Cho nên các ngài mở lưới trống ra ba phía.

Làm người nhất định phải có tâm từ bi, nhất định không được giết hại bất kỳ động vật nào. Chúng ta tự đặt mình vào địa vị ấy mà suy xét, trong lúc bị người khác đả thương, làm hại, ta cảm nhận thế nào? Người khác giết hại thân thuộc của ta, thậm chí giết hại bản thân ta, nhất định ta phải ôm lòng thù sâu hận lớn, ý muốn báo thù sẽ vĩnh viễn không bao giờ mất đi.

Người học Phật đều biết rõ, con người không phải chết đi là hết. Nếu quả thật chết đi là hết thì việc này thật dễ. Người đời hiện nay lầm tin khoa học, cho rằng những người tin theo tín ngưỡng tôn giáo là mê tín. Lời lẽ ấy thực ra hết sức võ đoán. Chúng ta bình tĩnh suy xét, nói như vậy không thông suốt được. Phật dạy chúng ta, đây là chân lý: *"Hết thảy các pháp sinh từ tâm tưởng."* Trong lòng quý vị nghĩ tưởng đến thần, liền có thần xuất hiện. Trong lòng quý vị nghĩ tưởng đến quỷ, liền có quỷ hiện ra. *Hết thảy các pháp sinh từ tâm tưởng.* Trong tâm tưởng có rất nhiều ý niệm, chúng ta tự mình không có khả năng xét biết được.

Những ý niệm vi tế từ đâu mà có? Là từ vô lượng kiếp đến nay tích lũy mà thành. Đức Phật dạy rất rõ: *"Thức a-lại-da giống hệt như một cái kho chứa."* Bao nhiêu ý niệm của quý vị từ vô lượng kiếp đến nay, hết thảy đều tích chứa vào đó thành chủng tử. Chủng tử gặp duyên liền sinh khởi hiện hành, cực kỳ vi tế.

Mười pháp giới từ đâu mà có? Từ tâm tưởng sinh. Nếu nói rằng *"tôi không nghĩ tưởng"*, có thật như vậy không? Lại cứ cho là đúng vậy, thì "tôi không nghĩ tưởng" đó là hiện nay tôi không nghĩ tưởng, trong một đời này tôi không nghĩ tưởng, nhưng đời trước có nghĩ tưởng hay không?

Người đời hiện nay lầm tin khoa học, không tin nhận việc quỷ thần trong trời đất báo ứng. Nhưng trong thực tế ở phương Tây, việc quỷ thần báo ứng chúng ta vẫn thường nghe nói, vẫn thường nhìn thấy đăng tải trên báo chí. Những chuyện báo chí tường thuật đó, khoa học không thể lý giải.

Những việc mà khoa học không thể lý giải có rất nhiều. Điều này cho thấy rõ khoa học hoàn toàn không phải chuyện gì cũng giải quyết được. Khoa học vẫn còn chưa đạt đến sự rốt ráo trọn vẹn đầy đủ, ngày nay vẫn còn đang dò dẫm tìm kiếm, còn đang suy lường. Tri thức là lĩnh vực không có bờ bến, nhưng thành tựu của khoa học ngày nay là có giới hạn.

Không chỉ là Phật pháp, các nhà tôn giáo hiện nay đều có đủ trí tuệ chân thật, rất nhiều nhà tôn giáo đều có công phu định lực thâm sâu. Tuy họ không giống như thiền tông ngồi kiết-già quay mặt vào tường, nhưng họ giữ được tâm thanh tịnh, trong sạch ít ham muốn, đối với danh văn lợi dưỡng của thế gian, đối với năm món dục, sáu trần cảnh đều hết sức xem nhẹ. Những người như vậy đều có công phu định lực.

Có định thì tâm thanh tịnh. Tâm thanh tịnh thì có thể đột phá vượt qua chướng ngại thời gian, không gian. Trong sáu đường họ có thể thấy được đến cõi trời, có thể thấy được đến cảnh giới ngạ quỷ, có thể thấy được đến cảnh giới địa ngục. Như vậy là thế nào? Là đột phá được các chiều kích của không gian và thời gian. Công phu càng thâm hậu thì các tầng bậc đột phá được càng lớn, càng sâu, càng rộng, sâu rộng đến không giới hạn. Phật pháp thù thắng, công phu định lực của Phật đạt đến chỗ rốt ráo, phá được hết mọi chiều kích của không gian, thời gian.

Đức Phật dạy rằng, công phu như vậy, trí tuệ kiến giải như vậy không chỉ riêng Phật có được. Ngài nói: *"Hết thảy chúng sinh đều sẵn có trí tuệ đức tướng Như Lai."* Phật pháp gọi là bình đẳng. Vấn đề là tâm của quý vị hiện nay đang loạn động. Chỉ cần quý vị có thể khôi phục sự bình lặng, an tĩnh, hết sức thanh tịnh giống như Phật, thì quý vị liền rõ biết sáng tỏ chân tướng của vũ trụ nhân sinh.

Cho nên, quý vị thấy rằng chư Phật, Bồ Tát dạy ta điều gì đều bảo ta hãy tự chứng minh, chứng thật. Chúng ta có thể chứng thật điều các ngài dạy không hề giả dối. Chứng thật như thế nào? *"Diệt hết tham sân si, siêng tu giới định tuệ."* Như vậy thì quý vị liền hiểu rõ được chân tướng sự thật, hiểu rõ được nhân quả báo ứng trong sáu đường, oán thù vay trả, trả vay không có lúc chấm dứt.

Con người không chỉ là không được giết hại chúng sinh, trong Giới kinh thường khuyên dạy chúng ta, ngay cả việc quấy nhiễu chúng sinh cũng không được làm. Vô ý mà làm còn không thể được, huống chi là cố ý. Khởi tâm động niệm đều có sự báo ứng. Nhân lành quả lành, nhân ác quả ác, sau khi hiểu rõ được ý nghĩa này rồi thì tự nhiên sẽ dứt ác tu thiện.

Con người sống ở đời, ngay từ thời thượng cổ đã biết chọn lựa nơi cư trú, chọn lựa môi trường sống. Thế nào là môi trường sống tốt? Ngạn ngữ có câu: *"Thiên thời không bằng địa lợi, địa lợi không bằng nhân hòa."* Đó là tiêu chí để chúng ta chọn lựa môi trường sống. Như vậy, địa phương nào là môi trường sống tốt? Phải có nhân hòa. Địa phương ấy người dân sống với nhau hòa thuận vui vẻ, người dân hòa hợp thiện lương, người dân nhân từ, không làm tổn hại đến chúng sinh.

Cách đây mấy năm tôi đến Australia lần đầu tiên, nghe nói người dân Australia thương yêu bảo vệ động vật, thực vật. Khi mở đường công cộng phải đốn cây, nhìn thấy trên cây có tổ chim thì không thể đốn cây ấy. Phải đợi cho chim con lớn lên, đợi cho chúng bay đi rồi mới đốn cây. Có lúc phải chờ đợi đến nhiều tháng trời. Tôi nghe chuyện như vậy thật vô cùng cảm động sâu sắc. Ở các địa phương khác thì nhiều khả năng sẽ cho rằng đây là công trình công cộng, cần gì phải quan tâm đến chuyện đó. Cho nên, từ chỗ này mà quan sát thì quý vị liền thấy được lòng thương yêu của người dân Australia. Đối với động vật, thực vật mà còn như vậy, huống chi là với người? Cho nên, địa phương ấy là một môi trường sống tốt.

Vì thế, chúng ta chọn lựa môi trường sống, chọn lựa nơi cư trú, điều kiện trước tiên là nhân hòa, người ở địa phương đó phải hết sức lương thiện, hết sức hòa hợp vui vẻ. Trong các pháp giới giữa hư không, nơi nhân hòa đạt đến mức chí thiện mà chư Phật đều ngợi khen xưng tán, giới thiệu với chúng ta chính là thế giới Tây phương Cực Lạc: *"Chư thượng thiện nhân, câu hội nhất xứ."* (Các bậc thượng thiện cùng tụ hội về một nơi.) Người ở thế giới Tây phương Cực Lạc là bậc thượng thiện, không chỉ là những người hiền thiện thông thường.

Chúng ta nếu muốn sinh về thế giới Tây phương Cực Lạc, tự mình phải suy ngẫm xem có làm được đến bậc thượng thiện hay không? Như quả làm được đến bậc thượng thiện, thì đó là như nguyện thứ mười tám trong bốn mươi tám nguyện đã nói, dù mười niệm, một niệm cũng nhất định vãng sinh Tịnh độ. Như không được đến bậc thượng thiện, khởi tâm động niệm vẫn là ác niệm, nói năng hành động vẫn là ác hạnh, mưu cầu lợi riêng, tham sân si mạn, như vậy thì cho dù niệm Phật mỗi ngày đến mười muôn tiếng cũng không thể vãng sinh.

Lời này không phải tôi nói ra, chính là các bậc tổ sư đại đức đã nói ra. Các ngài nói: *"Miệng niệm Di-đà tâm tán loạn, cho dù lớn tiếng uổng công thôi."* Cho nên, trong kinh Vô Lượng Thọ nói về điều kiện vãng sinh rất rõ ràng, có thượng phẩm, trung phẩm, hạ phẩm, nói "tam bối vãng sinh" (ba hạng vãng sinh) đó là ba hạng thượng, trung, hạ, tất cả đều có tám chữ tương đồng: *"Phát tâm Bồ-đề, một lòng chuyên niệm."* Tám chữ này chính là nói đạt đến mức chí thiện.

Thế nào là tâm Bồ-đề? Tâm Bồ-đề là thiện tâm chân chính. Trong kinh Quán Vô Lượng Thọ Phật, đức Thế Tôn vì chúng ta giảng về tâm Bồ-đề. "Tâm chí thành" là chân thành hết mức. Chúng ta có phát tâm như vậy hay không? Cần phải dùng tâm chân thành đối đãi với hết thảy mọi người, mọi việc, mọi vật, nhất định không có sự dối trá. Đó là chân thành, đó là không hư ngụy.

Tâm sâu vững là lợi lạc tự thân của tâm chân thành, chính là như trong kinh Kim Cang nói, lìa hết thảy tướng mới là tâm sâu vững. Người xưa giải thích: *"Hiếu đức hiếu thiện."* (Mến đức ưa thiện.) Đó là tâm sâu vững. Thế nào là đức? Lìa hết thảy vọng tưởng, phân biệt, bám chấp, đó là đức. Thế nào là thiện? Giúp đỡ hỗ trợ hết thảy chúng sinh phá mê khai ngộ, lìa khổ được vui, đó là thiện. Phải có tâm như vậy.

[Ngoài hai điều kiện phát tâm Bồ-đề và một lòng chuyên niệm thì điều kiện] thứ ba là tâm hồi hướng phát nguyện. Phải đem những thiện tâm, thiện hạnh của quý vị vận dụng vào thực tế, thực tế đó mới là phát nguyện hồi hướng.

Không có tâm Bồ-đề, dù một lòng chuyên niệm cũng không thể vãng sinh. Điều kiện để vãng sinh, quý vị chỉ có được một nửa, vẫn còn thiếu một nửa, quý vị sao có thể vãng sinh? Nói cách khác, đầy đủ tâm Bồ-đề thì quyết định có đủ tư cách vãng sinh. Vậy tiếp theo sau vì sao còn phải có [thêm điều kiện] một lòng chuyên niệm? Vì nếu không một lòng chuyên niệm là quý vị có đủ tư cách nhưng lại không muốn đi, vậy thì cũng không cách gì đi được.

Cho nên, phát tâm Bồ-đề là điều kiện đầy đủ của quý vị. Một lòng chuyên niệm là tỏ lòng muốn đi. Quý vị có đủ điều kiện, lại cũng muốn đi, vậy thì đương nhiên được vãng sinh.

Do ý nghĩa này nên Đại sư Ngẫu Ích trong sách Yếu giải mới nói rõ với chúng ta: "Có thể vãng sinh hay không, hoàn toàn do ở chỗ có tín nguyện hay không." Tín nguyện là gì? Tín nguyện là tâm Bồ-đề. Điều kiện thực sự để vãng sinh thế giới Tây phương Cực Lạc chính là tâm Bồ-đề. "Phẩm vị cao hay thấp là tùy thuộc vào công phu niệm Phật sâu hay cạn." Hai câu này của Đại sư Ngẫu Ích nói lên rất rõ ràng.

Người thực sự phát tâm Bồ-đề, cầu sinh thế giới Tây phương Cực Lạc, có thể y theo pháp "Mười niệm" của Pháp sư Từ Vân Quán Đỉnh đã dạy là được. Sáng sớm niệm mười niệm, Pháp sư Quán Đỉnh định nghĩa mỗi niệm là một hơi thở, trong mỗi hơi thở đó số lượng Phật hiệu không kể nhiều ít. Thời gian như vậy không dài. Buổi tối trước khi ngủ cũng niệm mười niệm. Người tu tập như vậy quyết định được vãng sinh. Điều này phù hợp với lời dạy trong kinh điển là không gián đoạn. Mỗi ngày đều tu tập, không bỏ sót một ngày nào, như vậy là một đời không gián đoạn.

Phương pháp "Mười niệm" này rất hay, thời gian ngắn, trong lúc niệm Phật quý vị "không hoài nghi, không xen tạp, không gián đoạn". Tôi dạy các đồng tu pháp "Mười niệm" thì dùng mười câu Phật hiệu, đơn giản hơn, rất dễ thọ trì. Mỗi ngày tu niệm chín lần. Có rất nhiều đồng tu áp dụng phương pháp này. Pháp tu này đối với người bận rộn cũng không khiến họ phải chểnh mảng công việc, hiệu quả rất thù thắng.

Những điều trên cho thấy rõ việc phát tâm là quan trọng thiết yếu. Chỉ người phát tâm niệm Phật thì mới có thể vãng sinh. Phải dứt ác tu thiện, biết rõ được những gì là căn bản của ác, những gì là căn bản của thiện.

Người biết tu thì tu từ căn bản, căn bản đó là tâm: tâm thiện lương, tâm chân thành, tâm thanh tịnh, tâm bình đẳng, tâm chính giác, tâm từ bi. Như vậy là chí thiện. Dùng tâm chí thiện ấy đối đãi với hết thảy mọi người, với hết thảy mọi việc, hết thảy muôn vật, đó gọi là tu hết thảy việc thiện.

Cho nên, không chỉ đối với động vật, ngay cả thực vật cũng không được làm tổn hại. Giới kinh trong nhà Phật nói rất rõ ràng: "Bậc tỳ-kheo thanh tịnh không giẫm đạp cỏ xanh." Cỏ sum suê xanh tốt, quý vị giẫm đạp lên trên, đó là không nhân từ, quý vị không có tâm từ bi. Hoa nở ra thật đẹp, quý vị liền cắt hái lấy, như vậy không có tâm từ bi.

Vì thế, Giới kinh dạy rằng, chúng ta đi đường, nếu có đường thì nhất định chỉ đi trên đường, không được giẫm đạp đi trên cỏ. Trừ phi nơi quý vị phải đến lại không có đường để đi, như vậy thì có thể [đi trên cỏ]. Đây gọi là có duyên khai [giới]. Nếu nơi ấy thực sự có đường đi, quý vị vẫn giẫm đạp lên cỏ xanh, đó là quý vị phá giới, làm tổn hại tâm từ bi.

Những giới nhỏ nhặt vi tế như vậy, có mấy người ghi nhớ? Có mấy người có thể vâng giữ? Cỏ cây còn phải thương yêu bảo vệ, vậy thì đối với động vật có lý nào lại không thương yêu bảo vệ?

Chúng ta ngày nay chọn cách ăn chay, đó là việc thiện lớn lao, không kết oán thù với hết thảy chúng sinh. Thế nhưng ngoài lúc ăn uống ra, dù vô tình hay cố ý cũng có lúc làm tổn thương, gây hại đến một số động vật nhỏ bé, cũng có lúc quấy nhiễu một số động vật, chúng ta phải tức thời cảnh giác. Đó là lỗi lầm của ta, biết sám hối, biết sửa lỗi, như vậy là tốt.

Bài giảng thứ 129

(Giảng ngày 13 tháng 11 năm 1999 tại Tịnh Tông Học Hội Singapore, file thứ 130, số hồ sơ: 19-012-0130)

Thưa quý vị đồng học, cùng tất cả mọi người.

Trong *Cảm ứng thiên*, lần trước đã giảng qua bốn câu này: *"Xạ phi trục tẩu. Phát chập kinh thê. Điền huyệt phú sào. Thương thai phá noãn."* (Bắn chim rượt thú. Đào trùng đuổi chim. Chặn hang lật tổ. Phá thai hại trứng.)

Bốn câu này nói về quả báo xấu ác của việc giết hại sinh mạng. Trong thế gian có rất nhiều tôn giáo, mỗi tôn giáo đều có lịch sử hình thành từ xa xưa, nhưng hầu như tôn giáo nào cũng khuyên chúng ta đừng giết hại.

"Sát đạo dâm vọng" (giết hại, trộm cướp, tà dâm, nói dối) không chỉ là những điều giới căn bản của nhà Phật, mà cũng có thể nói là những điều giới căn bản của tất cả các tôn giáo hiện nay. Trong đó, tất cả đều xem việc không giết hại là quan trọng nhất.

Các bậc hiền thánh xưa trong thế gian cũng như xuất thế gian, chúng ta nhất định phải tôn trọng. Tôn trọng đức hạnh, tôn trọng học vấn, tôn trọng công phu tu tập của các vị. Đó là những điều chúng ta hết sức mến mộ mà không thể nào theo kịp.

Những tôn giáo bậc cao đều có tu thiền định. Chúng ta biết, trong trạng thái định có cảnh giới, cũng giống như người nằm mộng, trong mộng có cảnh giới. Cảnh giới trong mộng là sự khởi sinh hiện hành của những chủng tử tập khí trong a-lại-da thức và ý thức. Đó là hư huyễn, không thật. Thế nhưng cảnh giới trong định so với cảnh giới trong mộng không giống nhau. Trong định, [hành giả] thường có khả năng nhìn thấy được quá khứ, nhìn thấy được tương lai, nhìn thấy được thế giới này của chúng ta, cũng nhìn thấy được những thế giới ở các phương khác.

Nhà Phật nói về sáu đường luân hồi. Thực ra, sáu đường luân hồi là chỗ thấy biết chung của tất cả các tôn giáo thời cổ Ấn Độ. Họ làm sao phát hiện được? Đó là ở trong thiền định mà thấy được. Không chỉ một người, mà có rất nhiều người thấy được. Chúng ta có thể thấy được [các cảnh giới ấy] hay không? Câu trả lời là chắc chắn được. Chỉ cần quý vị tu định, giữ tâm thanh tịnh, không cần phải mất quá nhiều thời gian, trong khoảng nửa năm đến một năm quý vị có thể thấy được đến cảnh giới ngạ quỷ.

Ngày trước, lúc tôi vừa xuất gia có một người bạn đồng học là pháp sư Minh Diễn. Ông ấy với tôi là bạn rất thân. Hồi đó, ông theo học Mật tông với lão cư sĩ Khuất Ánh Quang. Sau thời gian khoảng chừng một năm, ông ấy bảo tôi rằng trong lúc dụng công ngồi thiền đã nhìn thấy được cảnh giới ngạ quỷ. Đời sống trong cảnh giới ngạ quỷ so với cõi người cũng tương tự. Ông ấy kể, buổi chiều vào khoảng năm, sáu giờ, nơi các ngã tư có quỷ đi lại. Thời điểm đó, trong cảnh giới quỷ là sáng sớm nên không có nhiều quỷ. Đến khoảng mười giờ đêm trở đi thì rất đông, rất náo nhiệt.

Người và quỷ sống lẫn lộn cùng nhau, người không thấy quỷ, quỷ không thấy người. Ông ấy nhờ dựa vào công phu tu tập mới thấy được. Ban đầu vừa mới nhìn thấy cũng rất sợ hãi. Về sau quen dần, trở nên bình thường. Hai bên qua lại với nhau, không can thiệp quấy nhiễu gì nhau, hơn nữa còn sống chung cùng nhau.

Hồi đó, ông ấy đang ngụ ở một nơi có ngôi tháp xây dựng chưa hoàn thành, chỉ mới xây được hai tầng, đại khái là do kinh phí thiếu hụt nên phải dừng lại. Ông ấy ở trong tháp. Tôi bảo ông nên xây dựng nửa còn lại của tháp. Trong tháp ấy có một số quỷ cư trú, bọn họ vẫn an ổn không có việc gì, đôi bên cùng dụng công.

Cho nên, giao tiếp với cảnh giới ngạ quỷ không khó, so với các cảnh giới khác [trong sáu đường] thì dễ dàng hơn nhiều. Chỉ cần có chút công phu tu định thì có thể đột phá vào được cảnh giới ngạ quỷ. Đây không phải nằm mộng. Nằm mộng thì không thể mỗi ngày đều mộng thấy cùng một sự việc. Ông ấy là nhờ công phu tu định nên thấy được những ngạ quỷ kia, ngày ngày đều thấy được họ, cho nên đó là sự thật, không phải giả.

Chúng ta biết rằng trong mỗi một tôn giáo thì những người lãnh đạo, vị giáo chủ của tôn giáo đều có trình độ công phu tu định tương đối cao. Cho nên, các vị ấy đối với những tình huống trong sáu đường luân hồi đều hiểu biết rõ ràng, thấu suốt đến tận cõi trời Phi tưởng Phi phi tưởng xứ. Thế nhưng, các vị ấy chỉ thấy được về mặt hiện tượng mà không hiểu biết được về nguyên nhân khởi sinh.

Đức Thế Tôn ra đời vì chúng ta giảng kinh thuyết pháp, nói rõ được ý nghĩa nguyên nhân khởi sinh đó. Vì sao có sáu đường [luân hồi]? Sáu đường từ đâu mà có? Không chỉ là sáu đường, còn có mười pháp giới. Về bốn thánh pháp giới trong mười pháp giới, các tôn giáo khác rất ít nói đến, bởi vì đạt đến đó phải có công phu định lực sâu hơn, công phu định lực của thế gian không đạt đến. Công phu định lực của thế gian, trong Phật pháp gọi là *"tứ thiền bát định"* (bốn mức thiền, tám cảnh định). Nếu muốn vượt thoát sáu đường, hiểu rõ được những trạng huống bên ngoài sáu đường, trong kinh Lăng Nghiêm dạy rằng, công phu định lực của quý vị phải nâng cao hơn nữa. Tuần tự qua chín bậc định[1] thì vượt thoát sáu đường, mới có thể thấy được bốn thánh pháp giới.

---

[1] Chín bậc định, bao gồm cả tứ thiền, từ thấp lên cao là: 1. Sơ thiền, 2. Nhị thiền, 3. Tam thiền, 4. Tứ thiền, (Đây là bốn mức định căn bản của Sắc giới tứ thiền thiên), 5. Không xứ định, 6. Thức xứ định, 7. Vô sở hữu xứ định, 8. Phi tưởng phi phi tưởng xứ định, (Đây là bốn mức định căn bản của Vô sắc giới), 9. Diệt thụ tưởng định.

Đức Phật nói rất rõ rằng tất cả chúng sinh đều tự mình sẵn có năng lực như thế, hoàn toàn không phải chỉ riêng ngài mới có đặc quyền, chỉ riêng ngài mới nhìn thấy được, người khác không nhìn thấy được. Hoàn toàn không phải vậy. Phật dạy, mỗi người đều có thể thấy được. Hiện nay quý vị không thể thấy được là vì năng lực của quý vị đang bị chướng ngại. Những chướng ngại đó là phiền não, là tập khí, là [những ý niệm] thị phi, nhân ngã, tham sân si mạn. Quý vị có những tập khí ấy, chúng làm chướng ngại năng lực của quý vị. Ý nghĩa là ở chỗ này.

Nếu chúng ta buông xả được hết tập khí phiền não, vất bỏ hết, năng lực của chúng ta liền được khôi phục, hiểu rõ được trạng huống trong sáu đường luân hồi, biết rõ được các quan hệ nhân quả trong sáu đường.

Các bậc hiền thánh xưa vì chúng ta dạy dỗ, chúng ta phải hiểu rõ rằng mỗi câu mỗi chữ đều là chân thật. Giết hại sinh mạng thì phải đền mạng. Đời đời kiếp kiếp, oan oan tương báo không bao giờ chấm dứt.

Phật dạy chúng ta rằng, hết thảy chúng sinh đều có nghiệp duyên qua lại với nhau. Duyên ấy hết sức phức tạp, không hề đơn giản. Đức Phật đem những nhân duyên phức tạp ấy quy thành bốn nhóm lớn: *thân nhân duyên, sở duyên duyên, vô gián duyên* và *tăng thượng duyên*.[1] Trong mỗi một nhóm này lại có vô lượng vô biên các duyên, trong kinh Phật giảng giải rất rõ ràng, rất thấu triệt. Mối quan hệ giữa người và người, giữa người với hết thảy muôn vật đều không ra ngoài bốn nhóm duyên này.

---

[1] Bốn nhóm nhân duyên này được gọi chung là tứ duyên (四緣). Thân nhân duyên là những nhân duyên gần gũi thân thiết, trực tiếp làm khởi sinh các pháp hữu vi. Sở duyên duyên là tâm và các đối tượng tác dụng của tâm. Vô gián duyên là chỉ tác dụng của tâm ở niệm trước khởi sinh, diệt đi làm nền tảng cho niệm sau sinh ra, liên tục không gián đoạn. Tăng thượng duyên là các nhân gián tiếp làm sinh khởi hoặc tạo thành kết quả của các pháp hữu vi.

Có duyên nên mới gặp gỡ nhau, nhưng duyên ấy có thể là duyên lành hay duyên xấu ác, duyên oán thù vay trả qua lại. Người giác ngộ phải làm sao đem duyên xấu ác chuyển biến thành duyên lành, đem duyên lành chuyển biến thành duyên đạo pháp. Điều này cần phải có trí tuệ. Không có trí tuệ thì không làm được.

Oán cừu phải được hóa giải, cho nên hết thảy các bậc thánh hiền trong tôn giáo đều khuyên chúng ta như vậy: *"Oan gia nên giải trừ, không nên thắt chặt."* Các quan hệ cha con, anh em đều là do duyên phần. Khi duyên phần gặp gỡ là lúc người trong một nhà tụ họp cùng nhau. Ví như trong đời này không gặp thì vẫn còn có đời sau, nhiều đời sau nữa. *"Nhân duyên hội tụ thời, quả báo hoàn tự thụ."* (Khi nhân duyên hội tụ, quả báo tự mình nhận lấy.)

Hiện tại chúng ta xem trong xã hội này, thường nghe nói con cái bất hiếu, anh em bất hòa, đó là những duyên gì? Đương nhiên là các duyên bất thiện rồi. Làm sao để chuyển biến các duyên bất thiện ấy thành duyên hiền thiện, duyên lành, đó là sự giáo dục, giáo hóa.

Chúng ta nghe qua những lời răn dạy của thánh hiền, trong lòng hiểu rõ, giác ngộ, ví như trong quá khứ còn lại những duyên xấu ác, trong lòng phải suy ngẫm xem như xong hết rồi, đem những ý niệm báo thù rửa hận buông bỏ hết đi, những ý niệm oán hận đều tiêu trừ, như vậy mới có thể khởi sinh được tâm bi mẫn, đem tâm từ bi đối đãi với hết thảy chúng sinh, đối với tất cả oán thân trái chủ. Như vậy thì tự thân chúng ta mới có thể được siêu thoát, tâm tính của ta mới có thể không ngừng hướng thượng vươn lên. Đó là tự làm lợi lạc, cứu lấy chính mình.

Khi tôi vừa mới học Phật, Đại sư Chương Gia dạy tôi: *"Trong cửa Phật, có cầu liền có ứng."* Chúng ta phải dùng chân tâm để cầu, phải phát nguyện mà cầu, tự nhiên sẽ có cảm ứng. Thế nào là chân tâm, thế nào là vọng tâm, phải có khả năng phân biệt. Tâm vì lợi ích hết thảy chúng sinh, đó là chân tâm. Vì mưu lợi riêng tư cho bản thân mình, đó là vọng tâm. Chúng ta học Phật đã nhiều năm như vậy, rốt lại phải hiểu cho thật rõ ràng, cho thật sáng tỏ việc này.

Bốn hoằng thệ nguyện, mọi người đều đã tụng đọc đến thuộc lòng: *"Chúng sinh vô biên thệ nguyện độ"* (Thề nguyện độ vô biên chúng sinh), liệu có thực sự suy ngẫm đến ý nghĩa câu ấy hay không? Vô biên chúng sinh thì nhất định không phân biệt chủng tộc, không phân biệt tôn giáo tín ngưỡng, không phân biệt giới hạn dân tộc, giới hạn quốc gia, tất cả đều bình đẳng như nhau. Tất cả chúng sinh trong các pháp giới cùng tận hư không thảy đều bao gồm trong đó.

Độ là ý nghĩa gì? Là ý nghĩa vì chúng sinh phục vụ. Cho nên, thực sự hiểu rõ rồi, chúng ta làm người sống ở thế gian phải giống như chư Phật, Bồ Tát, phải giống như các bậc đại thánh đại hiền từ xưa đến nay ở khắp mọi nơi. Vì điều gì mà sống giữa thế gian? Đó là vì xã hội an định, vì thế giới hòa bình, vì hạnh phúc của chúng sinh. Sự mong cầu ấy phải vận dụng vào thực tế, chúng ta phải thực sự làm, phải vì mọi người phục vụ, vì xã hội phục vụ, vì chúng sinh phục vụ, vì thế giới phục vụ, không hề có lòng riêng tư, không hề có sự mong cầu [cho riêng mình], không có bất kỳ điều kiện gì. Như vậy là thánh nhân, là hiền nhân, hết thảy các tôn giáo đều công nhận.

Chúng ta dùng tâm [vị tha] như vậy mà nguyện cầu với chư Phật, Bồ Tát, cầu hết thảy thần minh thì đều được sự giúp đỡ hỗ trợ. Tuyệt đối không được cho rằng, ta phải tin theo tôn giáo nào thì thần minh [của tôn giáo đó] mới bảo vệ, giúp đỡ ta. Nếu ta không tin tôn giáo đó thì thần minh không bảo vệ, giúp đỡ ta. Đó là quan niệm của con người, là quan niệm sai lầm. Tôi đã xem qua trong kinh sách của rất nhiều tôn giáo, không hề thấy nói như thế.

Người thực sự có thể quên mình vì người khác, như thế nhất định phải có phúc lành, hoàn toàn không thể nói là phải tin theo tôn giáo này kia thì mới được. Cho nên, trong kinh sách hiện nay có rất nhiều lời răn dạy đa dạng, tất nhiên là ngay cả Phật pháp cũng không tránh được, truyền lại qua bao nhiêu năm tháng lâu xa như vậy, không thể tránh khỏi việc có những người đời sau đem ý riêng của mình thêm vào. Đó là điều khó tránh được. Chúng ta cần phải có trí tuệ, phải có khả năng nhìn ra được.

Dựa vào chỗ nào mà nhìn ra được? Chỉ vì việc chung không có tình riêng, như vậy là lời răn dạy của thánh hiền. Nếu như trong đó có một chút lòng riêng, có khả năng đó là do người đời sau thêm vào, không phải lời của chư Phật, Bồ Tát, không phải lời dạy bảo của thần minh, chúng ta phải dựa vào chỗ này mà quan sát thật kỹ.

Cho nên, khi chúng ta lâm vào những hoàn cảnh khốn khó, cầu Phật, cầu thần minh che chở giúp đỡ, sự cầu nguyện đó cũng có phương pháp. Chúng ta phải cùng với chư Phật, Bồ Tát, cùng với quỷ thần trong trời đất cùng một thiện tâm, cùng một thiện nguyện, cùng một thiện hạnh. Người có tâm thiện, ý niệm thiện, làm việc thiện thì mới được chư Phật, Bồ Tát gia trì, các vị trời, rồng, thiện thần bảo vệ, giúp đỡ. Hết thảy đều vì chúng sinh, không vì riêng bản thân mình.

Trong gia đình nuôi dưỡng con cái, nếu nói *"nuôi con phòng khi tuổi già"* như người Trung quốc vẫn thường nói, thì đó là lòng riêng tư vị kỷ, như vậy không thể được chư Phật, Bồ Tát bảo vệ giúp đỡ. Chúng ta nuôi dưỡng con cái là vì xã hội, phải dạy dỗ cho thật tốt, mai sau chúng khôn lớn thành người, vì xã hội phục vụ, vì chúng sinh tạo phúc. Quý vị có tâm nguyện như vậy, có thể làm được như vậy, nỗ lực với trách nhiệm làm được như vậy. Đó là đại hiền. Đại sư Ấn Quang trong Văn Sao giảng giải rất nhiều về việc này. Đại sư nói, đối với sự an nguy của thế giới, người phụ nữ là chủ thể giữ phần quyết định đến hơn một nửa. Thế nhưng, người hiểu rõ được điều này không nhiều.

Tổ sư nói rất rõ, trong nhà có vợ hiền thì mới có người thiện lương ra đời, có người mẹ hiền thì mới có con cháu hiếu thuận. Bậc trượng phu hiền năng, con hiếu cháu hiền, nhất định sẽ vì xã hội, vì chúng sinh tạo phúc. Những bậc đại thánh đại hiền, chư Phật, Bồ Tát từ đâu mà có? Đều nhờ sự dạy dỗ của mẹ hiền. Cho nên, những người mẹ, người vợ hiền lương là vốn quý của xã hội, là bảo vật của quốc gia, bảo vật của xã hội. Điều này chúng ta nghe được trong nhà Phật, trong Nho gia, các tôn giáo khác cũng đều có dạy như vậy. Sự giống nhau này, người Trung quốc nói là: *"Chỗ thấy của các bậc anh hùng luôn giống nhau về đại lược."*

Trong quá khứ xã hội khép kín, rất nhiều vị lãnh tụ tôn giáo đó đây chưa từng được thấy mặt, chưa từng được gặp gỡ, kinh sách của các tôn giáo khác chúng ta cũng không dễ dàng được xem. Hiện nay khoa học kỹ thuật phát triển, thông tin truyền thông phát triển, chúng ta có được nhân duyên tiếp xúc với rất nhiều tôn giáo. Nhìn qua một lượt, mọi người đều có kiến giải giống nhau, cách nghĩ giống nhau, cách làm giống nhau, chúng ta mới khẳng định được rằng, từ xưa đến nay ở khắp mọi nơi, những lời răn dạy của các bậc đại thánh đại hiền đều là chân thật.

Chúng ta muốn cầu pháp, cần phải tìm hiểu dò xét, phải nhận hiểu rõ ràng, phải tin sâu không nghi ngại, vâng làm y theo lời dạy, tự thân nỗ lực tu tập. Như vậy thì mới có thể làm lợi ích cho xã hội, lợi ích cho chúng sinh, đạt đến mục đích mưu cầu hạnh phúc cho xã hội, vì thế giới, vì tất cả chúng sinh.

Tốt rồi, hôm nay thời gian đã hết, chúng ta giảng đến đây thôi.

Bài giảng thứ 130

(Giảng ngày 16 tháng 11 năm 1999 tại Tịnh Tông Học Hội Singapore, file thứ 131, số hồ sơ: 19-012-0131)

Thưa quý vị đồng học, cùng tất cả mọi người.

Mời xem đoạn thứ 62 trong *Cảm ứng thiên:* *"Nguyện nhân hữu thất. Hủy nhân thành công."* (Mong người khác thất bại. Phá hoại sự thành công của người.)

Từ đây trở về sau tám đoạn đều nói về những việc *"nhu ác"* (điều ác ẩn giấu trong lòng), trong hai nhóm điều ác là *"cương"* và *"nhu"*.[1] Trong phần chú giải nói rõ, *"nhân chi hữu thất"* (người gặp thất bại) là một sự không may. Chữ *"thất"* ở đây có thể chỉ sự lầm lỗi sơ sót, hoặc cũng có thể là gặp sự tổn thất, mất mát. Con người khi gặp phải tình trạng không may như thế, những bậc hiền nhân quân tử nhìn thấy, nghe biết thì hết thảy đều khởi tâm lân mẫn thương xót, nhất định không hề có thái độ mừng vui khi người khác gặp tai họa. Tâm thái như vậy là bất thiện, chỗ này Thái Thượng bảo cho ta biết rằng đó cũng là điều ác, tuy không thể hiện ra hành vi nhưng khởi tâm động niệm như vậy đã là xấu ác rồi.

Người sống ở đời, không thể nào tránh được tai họa. Đó là do nguyên nhân gì? Do từ vô lượng kiếp đến nay, chúng sinh trong sáu đường luân hồi, khởi tâm động niệm, nói năng hành động, nhất định đều là ác nhiều thiện ít. Trong kinh điển Phật giáo, tôi thường đọc nhất là bộ *Bách pháp minh môn.* Trong bộ luận này dạy chúng ta rằng, tâm của chúng sinh còn phiền não có 26 loại, trong đó chỉ có 11 loại tâm

---

[1] Cương ác là chỉ những điều ác bộc lộ ra bên ngoài qua hành vi xấu ác rõ rệt. Nhu ác là những điều ác ẩn giấu trong tâm, trong khi bên ngoài có vẻ như nhu hòa, hiền hậu.

thiện. Như vậy có thể thấy là đối với chúng sinh còn phiền não thì số lượng tâm xấu ác vượt hơn rất nhiều so với tâm hiền thiện.

Huống chi, tập khí xấu ác lại mạnh mẽ hơn tập khí hiền thiện. Cho nên, nếu không nhận được sự giáo dục tốt đẹp hiền thiện, không có công phu tu trì thì *"cử chỉ động niệm vô bất thị tội"* (suy nghĩ hành động, điều gì cũng là tội lỗi). Kinh Địa Tạng nói như vậy là hoàn toàn chân thật. Không chỉ riêng Phật pháp nói như vậy mà các tôn giáo khác họ cũng nói như vậy, cũng có cách nhìn như vậy.

Cho nên, tâm lý mừng vui khi thấy người khác gặp tai họa là một tập khí hết sức không tốt. [Những kẻ này khi] nhìn thấy người khác gặp tai nạn khó khăn, nhìn thấy người khác gặp sự không may thì vỗ tay cười lớn. Tập khí như vậy ngay từ thuở nhỏ đã có thể thấy được. Đối với những thành tựu, những việc làm hiền thiện của người khác, rất ít người ngợi khen tán thán. Nhìn thấy người khác gặp việc không may lại khởi tâm [vui mừng] như vậy thì rất nhiều.

Chúng ta tự mình suy ngẫm lại chính bản thân mình thuở nhỏ, lúc còn đi học, thường có tâm trạng như vậy hay không? Trong lúc ta đang gặp chuyện không may, người khác nhìn thấy khởi tâm mừng vui như vậy thì ta cảm nhận thế nào? Có thể nghĩ được như vậy rồi mới biết tâm xấu ác rất mạnh mẽ trong lòng người, gây tổn hại cho tinh thần, chúng ta thật không nên có.

Trong câu *"Hủy nhân thành công"*, chữ *"hủy"* có hai ý nghĩa, một là phá hoại, hủy hoại, hai là chê bai, hủy báng. Thành công ở đây không kể là lớn hay nhỏ. Đối với người đang sắp xếp tổ chức công việc, hết thảy đều mong cho họ được thành tựu, đặc biệt là với những công việc vì xã hội, vì chúng sinh. Tất nhiên, các nhân duyên trong việc này cũng hết sức phức tạp. Mỗi người khi mưu tính công việc, sự nghiệp, có ai lại không mong muốn được thành tựu? Nếu chúng ta muốn hủy hoại [công việc của họ], đó là tạo nghiệp. Việc thành tựu sự nghiệp đều do đã có gieo nhân từ đời trước, việc muốn hủy hoại [trong hiện tại] chỉ là tăng thượng duyên. Nói thật ra, đối với người mưu tính sắp xếp công việc sự nghiệp thì rốt lại nào có gây hại được bao nhiêu? Chỉ là quấy nhiễu thôi, còn muốn phá hoại thì trong Phật pháp nói rằng không thể làm được. Quý vị chỉ có thể làm trì trệ, chậm lại sự thành tựu của người khác, còn thực sự ngăn trở thì không thể được, vì như vậy là trái ngược với định luật nhân quả.

Cho nên, người thực sự thông đạt ý nghĩa báo ứng nhân quả cùng chân tướng sự thật thì trong tâm tự nhiên bình lặng. Người kia quá khứ đã trồng nhân lành, trong đời này nhất định được quả báo lành. Hiện tại nếu quả báo ấy bị người khác ngăn trở thì sau năm năm, mười năm, quả báo lành ấy nhất định cũng sẽ đến thôi. Ý nghĩa này cần phải hiểu rõ.

Nếu chúng ta dùng thiện hạnh thành tựu việc hiền thiện, thành tựu việc tốt đẹp cho người khác, đó là chúng ta tự mình tu tập đức hạnh. Việc gì phải tạo nghiệp, phải giúp người làm việc xấu ác? Đó là tạo nghiệp. Gây chướng ngại cho người làm việc tốt, hỗ trợ người khác làm việc xấu, như vậy đều là tạo nghiệp. Nếu như việc làm của người khác là tạo phúc cho xã hội, là hữu ích cho chúng sinh, như vậy thì quý vị còn phải xem ảnh hưởng đó lớn hay nhỏ, thời gian dài hay ngắn. Nếu ảnh hưởng đó rộng lớn, thời gian lâu dài, thì [việc gây trở ngại] là tội rất nặng nề.

Muôn ngàn lần cũng không được cho rằng, chúng ta chỉ vô ý tạo nghiệp như vậy nên không có gì nghiêm trọng. Như vậy là chúng ta đã tự mình nghĩ tưởng sai lầm. Nghĩ tưởng sai lầm thường dẫn đến việc làm sai lầm. Đến khi nhận lãnh quả báo hiện tiền thì hối hận không còn kịp nữa.

Cho nên, con người nhất định phải có tâm từ bi, phải có tâm đồng tình, cảm thông. *"Kỷ sở bất dục, vật thi ư nhân."* (Điều mình không muốn thì đừng làm với người khác." Mỗi lúc khởi tâm động niệm phải thường biết tự cảnh tỉnh, quán xét, chúng ta có nên khởi ý niệm này hay không? Có nên nói ra lời này hay không? Có nên làm việc này hay không?

Câu tiếp theo [trong *Cảm ứng thiên*] là: *"Nguy nhân tự an. Giảm nhân tự ích."* (Khiến người nguy hiểm để mình được an ổn. Giảm bớt của người để thêm cho mình.) Ý nghĩa trong hai câu này đã quá rõ ràng, không có gì khó hiểu, hơn nữa chính là những điều chúng ta rất thường phạm vào. Khi gặp phải tình trạng nguy hiểm, lúc nào cũng đẩy người khác vào. Gặp việc lợi ích, lúc nào cũng mong muốn tự mình chiếm lấy phần thuận lợi.

"Giảm bớt của người để thêm cho mình", đó là hại người lợi mình, hoàn toàn là quan niệm sai lầm. Câu đầu tiên trong phần chú giải nói rất rõ: *"Muôn ngàn kinh điển chỉ bàn một chữ tâm."* Điều này không chỉ riêng trong Phật giáo, vì nói thật ra thì hết thảy các tôn giáo đều chỉ bàn mỗi một chữ tâm.

Các tôn giáo có thể sống chung hòa thuận vui vẻ hay không? Các chủng tộc có thể cùng nhau đoàn kết hay không? Theo Phật pháp mà nói, quyết định là có khả năng đó. Chỉ cần mọi người đều giác ngộ, chỉ cần mọi người đều hiểu rõ được chân tướng của nhân sinh vũ trụ.

Chúng ta có thể nói, trong thế gian có nhiều sự bất đồng tôn giáo, bất đồng về học thuật, chính là giống như chúng ta đứng từ các vị trí, góc độ khác nhau nhìn về cùng một sự vật. Sự vật ấy vốn chỉ là duy nhất, vị trí nhìn của chúng ta khác biệt nhau, cho nên mọi người đều nhìn thấy khác nhau. Kỳ thật vẫn chỉ là một sự việc ấy. Lại cũng giống như cái chén uống trà, tôi cầm lấy đưa lên ở đây, quý vị từ hai bên nhìn vào. Người bên này nhìn thấy hơi nhô lên, người bên kia nhìn thấy hơi lõm xuống, hai bên cãi cọ, tranh luận nhau, mãi mãi không ai nghe ai, bởi vì [mỗi người chỉ nhìn được một bên,] không thấy được toàn diện. Nếu như đổi chỗ cho nhau [để nhìn], chẳng phải vấn đề của mọi người liền được giải quyết rồi sao?

Trong mỗi một tôn giáo nhìn vị thần của mình, thượng đế của mình [thấy khác với những tôn giáo khác] cũng là như vậy. Kỳ thật chỉ có một mà thôi.

Phật pháp giảng giải việc này rất trọn vẹn, thấu triệt. Đức Phật dạy chúng ta đến chỗ rốt ráo nhất là: *"Ba đời mười phương Phật đều cùng một pháp thân."* Một tâm thức, một trí tuệ. Cho nên, đức Phật dạy ta chân tướng sự thật rằng, hết thảy chúng sinh trong các pháp giới cùng khắp hư không chính là bản thân mình. Đó chẳng phải là đã bao quát được toàn bộ rồi sao? Điều này là chân thật, kinh Hoa Nghiêm có dạy rằng, hết thảy chúng sinh trong các pháp giới cùng khắp hư không đều là *"do tâm hiển hiện, do thức biến hóa"*. Tâm đó là tâm của chính ta, thức là thức của chính ta, lìa ngoài tâm thức thì không một pháp nào có thể nắm bắt được.

Cho nên, Phật pháp giảng đến Chân đế đều nói là tự tính. Tam bảo thì nói là tự tính Tam bảo, người niệm Phật thì nói là tự tính Di-đà, tự tính Tịnh độ. Quý vị phải hiểu rõ ý nghĩa lời dạy đó, thế giới này của chúng ta há chẳng phải cũng là tự tính Ta-bà, tự tính Thích-ca? Suy rộng ra đến các tôn giáo khác, quý vị cũng hiểu rõ được tự tính Thượng đế, tự tính Cơ đốc, quý vị liền hốt nhiên đại ngộ, hết thảy vọng tưởng, phân biệt, bám chấp liền buông bỏ hết.

Vọng tưởng, phân biệt, bám chấp từ đâu mà có? Là do chỉ thấy được từng phần, không thấy được được trọn vẹn đầy đủ, do đó mà phát sinh. [Chỗ thấy của] chúng ta hiện nay là sai lầm, trong Phật pháp gọi là thiên kiến, không nhìn thấy được trọn vẹn, đầy đủ.

Cho nên, nền giáo dục Phật giáo là trọn vẹn đầy đủ, không phải nghiêng về một bên. Như vậy mới có thể giải quyết được hết thảy mọi vấn đề. Phật pháp dạy tu hành chứng quả, chứng đạo. Quả và đạo đó chính là chân tướng sự thật. Hiểu rõ được chân tướng rồi thì vọng tưởng, phân biệt, bám chấp đều dứt sạch.

Thế nhưng làm sao để hiểu rõ được sự thật chân tướng? Cần phải phá trừ được vọng tưởng, phân biệt, bám chấp. Hay nói cách khác, phải buông xả được vọng tưởng, phân biệt, bám chấp, càng giảm nhẹ đi thì sự hiểu biết về sự thật chân tướng của quý vị càng nhiều hơn, càng thể nhập được sâu hơn.

Sự bám chấp kiên cố, sự phân biệt nghiêm trọng làm chướng ngại trí tuệ của chúng ta. Trí tuệ là vốn có, không phải từ bên ngoài mang đến. Trí tuệ là [chủ thể] *năng chứng*, pháp giới (cũng là chân tướng sự thật) là [đối tượng] *sở chứng*. Năng sở là một, chẳng phải hai. Cảnh giới như vậy là cảnh giới nơi quả địa của chư Phật Như Lai.

Đức Phật vì chúng ta nói ra chính là điều ngài đã chứng đắc, khuyên bảo khích lệ chúng ta tự mình cũng phải chứng đắc, như vậy thì mới đạt được lợi ích chân thật, mới thực sự được lợi lạc. Từ chỗ này chúng ta mới thực sự thể hội được, chư Phật Như Lai các ngài vì sao phải giúp đỡ hỗ trợ chúng sinh, hơn nữa lại là giúp đỡ hỗ trợ chúng sinh một cách hoàn toàn vô tư, vô điều kiện. Điều này phàm phu chúng ta không cách gì lý giải được.

Các ngài vì sao phải làm như vậy? Vì các ngài biết rằng [chúng sinh trong] các pháp giới khắp hư không là cùng một tự thể, kinh Đại thừa gọi là pháp thân, cùng một pháp thân. Cũng giống như thân thể của chúng ta, trong thân thể có một bộ phận đau ngứa, tê dại, những bộ phận khác có hỗ trợ giúp đỡ hay không? Tay trái chúng ta bị tê dại, tay phải tự nhiên phải hỗ trợ, còn phải bàn đến điều kiện sao? Còn phải đòi hỏi ra giá sao? Đức Phật biết rằng chúng sinh trong các pháp giới cùng khắp hư không chính là tự thể nên phải giúp đỡ, hỗ trợ chúng sinh, mới nói rằng lợi ích của chúng sinh là lợi ích chân thật của chính mình.

Thế nhưng hết thảy chúng sinh từ vô lượng kiếp đến nay đọa lạc trong vọng tưởng, phân biệt, bám chấp, không hiểu rõ được chân tướng sự thật, không biết rằng pháp giới là một thể thống nhất, cho nên nhìn thấy tay trái đau đớn khổ sở mà tay phải không hề trợ giúp. Muốn hỗ trợ giúp đỡ phải có điều kiện, phải nêu giá cả, phải hỏi rằng vì sao tôi phải giúp đỡ hỗ trợ quý vị? Không biết rằng tất cả đều cùng một tính thể.

Nhà Phật nói *"vô thượng Bồ-đề, cứu cánh viên mãn"*, đó là thực sự hiểu rõ triệt để rằng, hết thảy chúng sinh trong các pháp giới cùng khắp hư không đều cùng một tính thể. *"Ba đời mười phương Phật, đều cùng một pháp thân, một tâm, một trí tuệ."* [Hiểu được như vậy thì] những lỗi lầm như trên đều tự nhiên không còn nữa. Không hiểu được chân tướng sự thật nên mới sản sinh ra những lỗi lầm như vậy.

Cho nên, đức Phật dạy chúng ta phải nhận thức được chân tướng sự thật thì mới biết phải tự giúp mình như thế nào, biết làm thế nào để tự thân mình được lợi ích chân thật. Không gì khác hơn, chính là phải hết lòng hết sức giúp đỡ hỗ trợ xã hội, giúp đỡ hỗ trợ hết thảy chúng sinh.

Đích thực là có những chúng sinh mê muội quên mất tự tính, không hiểu rõ được chân tướng sự thật, nên chư Phật, Bồ Tát trong hết thảy những sự giúp đỡ hỗ trợ, quan trọng thiết yếu nhất vẫn là giúp cho chúng sinh hiểu rõ được sự thật chân tướng. Điều này chúng ta thường đọc thấy trong kinh điển, quả là từ bi chân thật, là từ bi vô tận. Bản thân chúng ta tu học, tu dưỡng, cũng là lấy ý nghĩa này làm trung tâm. Phương hướng mục tiêu như vậy là chính xác, một đời này mới có khả năng đạt được thành tựu. Phương hướng mục tiêu nếu sai lầm, không tương ưng với Phật pháp Đại thừa, thì sự thành tựu không phải Phật pháp mà là pháp thế gian. Phật pháp là giác ngộ, pháp thế gian là mê lầm, sự khác biệt chính ở chỗ này.

Bài giảng thứ 131

(Giảng ngày 17 tháng 11 năm 1999 tại Tịnh Tông Học Hội Singapore, file thứ 132, số hồ sơ: 19-012-0132)

Thưa quý vị đồng học, cùng tất cả mọi người.

Chúng ta xem tiếp đoạn thứ 64 trong *Cảm ứng thiên:* *"Dĩ ác dịch hảo. Dĩ tư phế công."* (Lấy xấu đổi tốt. Vì chuyện riêng bỏ việc chung.) Và đoạn thứ 65: *"Thiết nhân chi năng. Tế nhân chi thiện."* (Trộm cắp tài năng người khác. Che giấu việc thiện của người.)

Chúng ta xem qua hai đoạn này, thấy những sự việc này đều là việc chúng ta rất dễ dàng phạm vào trong cuộc sống thường ngày, nên cho là tiểu tiết, là khắt khe. Bất kể là rơi vào trường hợp nào, trong hoàn cảnh nào, sự khác biệt giữa người giác ngộ với kẻ không giác ngộ chính là ở chỗ này. Người giác ngộ sống ở thế gian là vì lợi ích chúng sinh. Người mê hoặc sống ở thế gian là vì lợi ích riêng cho bản thân mình.

Vì lợi ích riêng cho bản thân mình, đương nhiên là người ấy phải chịu quả báo luân hồi. Đó gọi là *"ở hiền gặp lành, làm ác gặp ác".* Sáu đường luân hồi là nhà của những kẻ mê hoặc như vậy. Nếu như thật sống vì chúng sinh, hết thảy đều vì chúng sinh thì người như vậy không liên can gì đến sáu đường luân hồi.

Cho nên, người mê hoặc thì bất kể ở trong hoàn cảnh nào, gặp được sự tốt đẹp luôn muốn chiếm lấy cho riêng mình, còn những gì kém hơn, không tốt thì đùn đẩy cho người khác. Chúng ta hết sức tỉnh táo quan sát thì có thể thấy được. Thấy được như vậy rồi, quay lại suy ngẫm xem bản thân mình đối đãi với người khác, tiếp xúc muôn vật như thế nào? Có phạm vào những điều xấu ác đó hay không? Cho nên, tỉnh táo suy ngẫm như vậy thì tự mình có thể hiểu rõ được.

Chúng ta là người trong chốn luân hồi, hay thực sự là người của thế giới Cực Lạc? Nếu thật là người của thế giới Cực Lạc, đến chốn luân hồi này là để giúp đỡ hỗ trợ người khác, đó là cứu độ hết thảy chúng sinh. Cứu độ hết thảy chúng sinh thì phải biểu hiện ra bằng hành vi của mình để mọi người nhìn vào. Người đời tham lam luyến ái, chúng ta bố thí buông xả. Người đời mong muốn những thứ tốt đẹp, ta nhận lấy những thứ kém cỏi, những thứ mọi người đều không cần thì ta nhận lấy. Chúng ta nhận lấy, lại đem hết sức cúng dường mọi người.

Đức Phật Thích-ca Mâu-ni năm xưa tại thế, người xuất gia trong tăng đoàn đều dùng loại y phục gọi là *"phấn tảo y"*. Thế nào gọi là phấn tảo y? Là những y phục rách nát cũ kỹ người khác không cần đến nữa, mang vất đi trong bãi rác. Người xuất gia chọn nhặt trong đó, cắt lấy những chỗ vải vẫn còn dùng được, may ghép lại thành tấm y để mặc. Cho nên chúng ta thấy tấm y của người xuất gia được ghép lại từng mảnh, từng mảnh. Mỗi mảnh vải như thế là gì? Là được chọn nhặt ra từ những thứ bỏ đi, cho nên chất liệu không giống nhau, màu sắc cũng không giống nhau, mặc vào rất khó coi, cần phải được nhuộm mới qua một lượt, vì thế mới gọi là *"nhiễm sắc y"* (y được nhuộm màu). Đó là đức Thế Tôn, chư Phật, Bồ Tát nêu gương cho chúng ta nhìn vào noi theo, giáo hóa người đời. Như vậy thì tập khí xấu ác mới có thể dứt trừ.

"Dĩ tư phế công" (vì chuyện riêng bỏ việc chung), đây cũng là hiện tượng hết sức phổ biến. Người có chút địa vị, có chút quyền thế liền tìm hết cách để lợi dụng. Lợi dụng quyền thế của mình để mưu lấy lợi ích cho riêng mình. Người hối lộ cho rằng không sai, là do người khác tự mang đến cho mình. Nhưng tiếp nhận của hối lộ, theo Phật pháp là phạm giới

trộm cắp. [Lại nói,] tôi không hề trộm cắp, là họ mang đến cho tôi. Nhưng người khác không hề cam tâm tình nguyện mang đến cho ta, mà là có chuyện cần đến ta, là bất đắc dĩ phải mang đến cho ta, [nên nhận lấy là phạm] giới trộm cắp. Trộm cắp có rất nhiều thủ đoạn, rất nhiều phương cách. Nói cách khác, nhìn chung những thứ không đáng có được, bất kể quý vị dùng thủ đoạn gì để có được thì đều gọi là phạm giới ăn trộm, là trộm cắp.

"Dĩ ác dịch hảo. Dĩ tư phế công." (Lấy xấu đổi tốt. Vì chuyện riêng bỏ việc chung.) Trong việc này còn phải xem xét sự việc lớn hay nhỏ, tầm ảnh hưởng rộng hay hẹp, thời gian ảnh hưởng dài hay ngắn thì mới xác định được tội lỗi. Cho nên trong nhà Phật, như trước đây chúng ta đã đọc qua câu *"Ủng tắc phương thuật"* (Che giấu, cản trở người khác sử dụng phương thuật), tôi đã trình bày cùng quý vị, bản văn này hầu như mỗi câu đều có mối quan hệ liên đới cùng nhau. Giống như chúng ta hiện nay làm việc lưu thông Phật pháp, bất kể là lưu thông kinh sách hay băng đĩa, đều có thể xem đây là ví dụ điển hình. [Ví như] việc này đại chúng ủy thác cho quý vị thực hiện, liên quan đến tiền bạc, nếu quý vị trộm lấy của chung, giảm bớt nguyên vật liệu, trong việc này chiếm lấy tiền bạc làm của riêng mình, tội lỗi đó là hết sức nặng nề.

Chúng ta in kinh sách, quý vị có thận trọng chọn lựa giấy in hay không, có nghiêm túc suy ngẫm việc này hay không? Việc khảo xét đánh giá có rất nhiều phương diện. Nếu chúng ta mong muốn bản sách đó được truyền lại lâu dài, quý vị nhất định phải nghĩ đến việc chọn giấy in thật tốt, phải có khả năng giữ gìn được qua nhiều năm. Loại giấy của người phương Tây, hiện nay cao cấp nhất là giấy in Kinh Thánh, có thể bảo tồn được vài trăm năm. Loại giấy thông thường chỉ giữ được tối đa khoảng một trăm năm. Đến thời điểm đó, giấy này sẽ nát ra thành bụi. Thế nhưng giấy của Trung quốc, nhìn không đẹp như giấy nước ngoài, nhưng chịu được lâu dài. Loại giấy *mao biên* (giấy chế biến từ tre, trúc) của Trung quốc có thể bảo tồn đến năm trăm năm. Các loại giấy tuyên (sản xuất ở Tuyên thành, An Huy), giấy *liên sử* (sản xuất ở Giang Tây, Phúc Kiến), đều bảo tồn được đến ngàn năm. Quý vị có biết giấy *liên sử* hay không? Loại giấy này rất mỏng, rất mềm mại. Cho nên, khi chúng ta cần in ấn kinh sách, đã khảo xét kỹ những điểm này hay chưa?

Nếu là sách hay, mong muốn được bảo tồn vĩnh cửu, vậy nên giao sách ấy cho ai? Nên giao cho người trong các thư viện lưu giữ, như vậy là truyền lại mãi mãi. Những sách ấy chúng ta cần phải kiểm tra kỹ về loại giấy, không nên so đo tính toán giá thành. Nếu là loại sách cần phổ biến, truyền bá rộng, mong cho rất nhiều người đều có thể được xem qua, vậy thì loại giấy kém một chút cũng không sao, cần thiết là in được số nhiều.

Cho nên, việc khảo xét phải đặt trọng tâm ở đâu, chúng ta nên làm như thế nào, nhất định phải làm cho đến mức tốt đẹp nhất, để người đọc sách khi cầm quyển sách trong tay có thể sinh lòng hoan hỷ mừng vui. Sử dụng tiền bạc, dù một xu một cắc cũng không được lãng phí. Lãng phí là tạo tội nghiệp.

Vì thế, việc chung với việc riêng phải phân biệt thật rõ ràng, minh bạch. Phật tổ không chỉ là dạy chúng ta phải tu phước, mà quan trọng thiết yếu nhất là phải tiếc phước. Người đời có nhiều người biết tu phước, nhưng biết tiếc phước, giữ phước thì hết sức hiếm hoi, quá hiếm hoi. Có thể nói, ở các quốc gia đang phát triển, người biết tiếc phước ngày càng ít hơn. Ở các vùng miền chưa phát triển, vẫn còn nhiều người biết tiếc phước. Vì sao vậy? Vì của cải vật chất hết sức thiếu thốn, cho nên đối với vật chất có được còn biết yêu tiếc. Ý nghĩa này chúng ta phải hiểu rõ.

Trong phần chú giải của sách *Vị biên* nêu một số điển

hình, *"lấy xấu đổi tốt, như lấy sắt làm vàng, lấy đá làm ngọc"*, những việc như thế này xảy ra rất nhiều. Đặc biệt là trên thương trường hiện nay, việc này người ta xem như chẳng là gì cả. Đem sắt mạ vàng, làm thành vàng để gạt gẫm người, lấy đá giả làm ngọc để lừa người, khiến người vui vẻ mua ngọc. Nhưng lừa dối những người như vậy cũng không quá nghiêm trọng, dù sao họ cũng đều là những người có tiền. Tạo tội nghiệp sâu nặng nhất chính là làm thuốc giả. Tội này thật quá nặng. Việc này tuy trước mắt thấy được chút lợi nhỏ, nhưng quyết định rồi sẽ đọa vào địa ngục A-tỳ. Quý vị bán thuốc giả, đó là hại mạng người, tội ấy quá lớn.

Nói chung là về phương diện sinh kế của người dân, của chúng sinh, quý vị nếu *"lấy xấu đổi tốt"*, tội ấy thật đặc biệt nặng nề. Bởi vì đó là chỗ người ta dựa vào cho cuộc sống, mạng sống phải dựa vào đó. Tu sửa đức hạnh phải từ chỗ này mà thực hiện công phu tu tập.

Chỗ này trích dẫn lời của Tứ tổ [Đạo Tín], chính là [quan điểm của] Thiền tông: *"Cảnh duyên không có đẹp xấu, đẹp xấu từ tâm khởi sinh. Nếu tâm không gượng ép gọi tên, vọng tình từ đâu khởi?"* Phật pháp tu tập những gì? Là tu tâm thanh tịnh, tu tâm bình đẳng. Trong tâm quý vị còn có đẹp xấu, còn có tốt xấu, đó là phiền não hiện tiền. Tự mình nhất định phải giác ngộ, [còn phân biệt] đó là tạo nghiệp.

Trong đoạn này còn có một câu chuyện xưa. Pháp sư Nguyên Hiểu là một vị cao tăng Hàn quốc, sinh vào khoảng đời nhà Đường, cũng là một bậc đại đức của Tịnh độ tông. Ngài đến Trung quốc để tìm thầy, tìm bạn, phải chịu đựng không ít khổ nhọc. Một buổi tối, ngài ngủ lại nơi nghĩa địa ngoại thành, nửa đêm khát nước, không có nước uống. Chợt nhìn thấy gần đó có nước, liền vốc nước uống. Hôm sau trời vừa sáng rõ, quay nhìn lại mới biết đó là vũng nước chảy ra từ một xác chết. Ngài vừa nhìn thấy vậy, trong lòng nhận biết có sự khởi tâm ghê tởm, sau đó liền hoát nhiên đại ngộ, nói rằng: *"Ba cõi chỉ là tâm, vạn pháp chỉ là thức. Tốt xấu đều do ta, quan hệ gì đến nước?"* Lúc ngài uống nước không hề biết nên cho đó là nước suối, uống một cách hết sức khoan khoái. Đến hôm sau khi trời sáng, vừa nhìn lại thì biết không phải, đó là nước từ xác chết chảy ra, bọt nổi lều bều trong nước. Từ chỗ này ngài giác ngộ, hết thảy đều do tâm tạo ra, tâm quý vị thanh tịnh bình đẳng thì nước từ xác chết chảy ra vẫn uống ngon lành.

"Vì chuyện riêng bỏ việc chung", đó hoàn toàn là do mưu tính cho lợi ích của riêng mình, cho sự thuận lợi của mình, không nghĩ đến mọi người. Tự mình được thêm một chút thuận lợi thì đại chúng phải chịu một phần tổn hại. Cho nên, ở điểm này hết sức đơn giản. Chúng ta phải hình thành, xây dựng được một khái niệm, chúng ta muốn học Phật hay muốn tự nguyện tiếp tục không ngừng làm phàm phu?

Nếu như có lòng muốn học Phật, muốn làm Phật, thì phải xem chúng sinh là trên hết, hết thảy đều vì chúng sinh, quên mình vì người khác, sống trong thế gian này đều là vì chúng sinh. Nhất định phải đọc kinh, phải hiểu nghĩa, phải vâng làm y theo lời dạy. Ngay trong đời sống thường ngày mà tu tập, lìa khỏi đời sống thì không có chỗ nào để tu hành.

Tu hành, đó là nói chúng ta đối với hết thảy mọi người, hết thảy mọi việc, hết thảy muôn vật, đem những cách nghĩ, cách nhìn, cách làm sai trái của mình mà sửa đổi cho chính đáng. Như vậy gọi là tu hành. Biểu hiện của chư Phật Như Lai hoàn toàn là sự lưu xuất hiển lộ tự nhiên của tính đức, là đức hạnh hoàn hảo tốt đẹp nhất, không một mảy may khiếm khuyết thiếu sót. Chúng ta là phàm phu chưa thấy được tự tính. Chưa thấy tự tính thì phải học theo hành vi của chư Phật, Bồ Tát.

Học theo chư Phật, Bồ Tát, chúng ta phải ghi nhớ, không

phải theo người này, người kia để học, mà [nhìn nơi] hành vi của họ tự nhiên lưu xuất hiển lộ từ nơi tự tính. Chúng ta theo đó học thì đó là sự lưu xuất hiển lộ từ tự tính của chúng ta. Cho nên phải hiểu rõ được ý nghĩa này. Phật pháp tuyệt đối không phải sự bắt chước rập khuôn theo người khác, không phải vậy. Như vậy là sai lầm. Người khác đã thấy được tự tính, ta còn chưa thấy được tự tính, ta học theo mẫu mực của người ấy chính là để tự mình thấy được tự tính.

Vì thế, nhất định phải buông bỏ thành kiến của mình, buông bỏ kiến giải của mình, buông bỏ những cách nghĩ, cách nhìn của mình, nghe theo những lời răn dạy của Phật, đó gọi là quay về nương theo. Từ nơi đâu quay về? Tự mình phải rõ biết. Từ nơi những vọng tưởng, phân biệt, bám chấp của chính mình, những cách nghĩ, cách nhìn sai lầm của mình, từ đó mà quay về, nương theo những lời răn dạy của chư Phật, Bồ Tát. Chúng ta ban đầu học Phật, nhất định phải dùng phương pháp như vậy.

Câu tiếp theo là: *"Thiết nhân chi năng, tế nhân chi thiện."* (Trộm cắp tài năng người khác. Che giấu việc thiện của người.) Chữ *thiết* là trộm cắp, lén lút chiếm lấy. Trong đoạn này nêu những ví dụ rất hay, chẳng hạn như *"Trộm văn của người khác, lấy đó làm sáng tác của mình."* Việc này xưa nay vẫn thường thấy. Người khác viết ra văn chương lại chiếm lấy làm của mình, đem tên người ta vất bỏ đi, dùng tên mình thay vào để lưu hành. Người ta phải khó khăn cực nhọc trải bao nhiêu năm nghiên cứu mới đưa ra được một thiên luận văn, kết quả lại bị người khác chiếm lấy.

Khi tôi ở Mỹ, tại Los Angeles cũng từng nhìn thấy. Cư sĩ Triệu Lập Bản là một giảng viên đại học, qua nhiều năm khó khăn khổ nhọc, viết ra được mấy thiên luận văn, kết quả đưa ra lưu hành, nhìn lại không phải tên ông ấy, là tên của người khác. Cho nên, ông hết sức bất bình, từ đó về sau từ bỏ công việc, về mở quán ăn. Ông đem hết mọi chuyện kể cho tôi nghe.

Những việc mạo nhận công lao người khác như vậy, từ xưa đến nay, ở khắp mọi nơi, chúng ta nhìn trong lịch sử cũng thấy được, đó là tự dối mình dối người. Chúng ta quan sát kỹ, những kẻ ấy có kết quả tốt đẹp hay không? Đa phần là tuổi già đều gặp quả báo. Trong *Cảm ứng thiên* nói rất rõ, ví như trong một đời này không bị vạch trần, quý vị có thể lừa dối được người cũng không thể lừa được quỷ thần trong trời đất. Quỷ thần là thật có, không phải giả dối, không phải dọa dẫm người. Ý nghĩa, sự thật này chúng ta phải hiểu rõ.

Đặc biệt chúng ta sinh ra trong thời đại hiện nay. Quý vị chỉ cần tỉnh táo quan sát trên các phương tiện thông tin, báo chí, tự nhiên có thể biết được chúng ta hiện đang sống trong thời đại như thế nào. Tai nạn xảy ra mỗi năm mỗi nhiều hơn, lần sau nghiêm trọng hơn lần trước. Chúng ta vẫn không chịu giác ngộ, vẫn tiếp tục tạo nghiệp, hậu quả thật [khủng khiếp] không dám nghĩ đến. Hơn nữa, hậu quả ấy sẽ đến rất nhanh chóng.

Chúng ta sinh ra vào thời đại này là do sự chiêu cảm của cộng nghiệp. Chúng ta có thể may mắn tránh né được chăng? Nếu thực sự có lòng muốn tránh né, có ý niệm như vậy, thì đó cũng là sai lầm. Cho nên chúng ta hiểu rất rõ, không có khả năng may mắn tránh được, vậy chúng ta phải làm sao? Chúng ta nhất định phải thuận theo sự răn dạy của chư Phật, Bồ Tát. Còn sống một ngày là một ngày tích lũy công đức, dứt ác tu thiện, không hề sợ chết. Con người có ai không chết? Chết là chuyện hết sức bình thường, vấn đề là sau khi chết rồi đi về đâu? Người thế gian không rõ biết, chúng ta rõ biết, nắm chặt lấy cơ hội dứt ác tu thiện, đó là quý vị quyết định chính xác.

Những gì là thiện, những gì là ác, phải nhận biết thật rõ

ràng. Lợi ích chúng sinh, lợi ích xã hội, đó là thiện. Lợi ích cho riêng mình, đó là ác. Nhất định phải nhận hiểu rõ điều này. Hết lòng hết sức vì xã hội, vì chúng sinh, quên mình vì người khác, vì người khác phục vụ.

Quý vị thành tâm thành ý vì người khác phục vụ, người khác chưa chắc đã cảm ơn quý vị. Thế nhưng chúng ta biết việc gì nên làm thì nhất định phải làm, hoàn toàn không cần đến sự cảm kích của người khác. Chỉ theo bổn phận của mình mà làm thật tốt. Bổn phận của ta là quên mình vì người, vì chúng sinh phục vụ.

Trong khi phục vụ thì điều quan trọng thiết yếu nhất là giúp đỡ hỗ trợ người khác được giác ngộ, giúp đỡ hỗ trợ người khác dứt ác tu thiện, giúp đỡ hỗ trợ người khác phá mê khai ngộ. Chúng ta có thể làm được như vậy, đó mới chân chính là đệ tử Phật, chân chính là đạo Bồ Tát.

Cho nên, kinh điển nhất định phải đọc, ý nghĩa nhất định phải hiểu rõ. Sau khi hiểu rõ được ý nghĩa rồi, nhất định phải vâng làm theo lời dạy.

Tốt rồi, hôm nay thời gian đã hết, chúng ta giảng đến đây thôi.

Bài giảng thứ 132

(Giảng ngày 21 tháng 11 năm 1999 tại Tịnh Tông Học Hội Singapore, file thứ 133, số hồ sơ: 19-012-0133)

Thưa quý vị đồng học, cùng tất cả mọi người.

Mời xem Cảm ứng thiên, đoạn thứ 66: *"Hình nhân chi xú, yết nhân chi tư."* (Phô bày chuyện xấu, bới móc chuyện riêng tư của người khác.)

Trong phần chú giải của sách *Vị biên*, đoạn đầu tiên nói rất rõ: *"Việc xấu của người khác, đó là những việc nói ra thì nhục nhã, không thể nghe từ người khác. Cho nên [nếu mình] phô bày ra ắt là tổn thương lòng nhân hậu, mà âm đức cũng theo đó bị mất đi."*

Đoạn văn này giảng rõ cho chúng ta về những chuyện xấu ác. Người xưa thường nói: *"Nhân phi thánh hiền, thục năng vô quá?"* (Người chưa thành bậc thánh hiền, sao có thể không phạm lỗi?) Thử hỏi, hết thảy người đời, không chỉ nói riêng ở thế gian này, cho đến hết thảy chúng sinh trong sáu đường, bao quát cả cõi trời, tất cả đều vẫn còn là phàm phu, chưa dứt trừ *"kiến tư phiền não"* (phiền não khởi sinh từ thấy biết và suy nghĩ), có người nào lại không mắc phải lỗi lầm? Có người nào lại không có chuyện riêng tư cần che giấu? Cho nên, phô bày những chuyện xấu của người khác, chuyện riêng tư của người khác, đó là việc hết sức trái đạo đức. Nhìn chung thì đây là việc làm tổn thương tình cảm nhất, làm mất đi lòng nhân hậu của chính mình, làm mất đi âm đức của chính mình, lại kết thành oán thù sâu nặng với người khác. Điều này chúng ta phải rõ biết.

Dùng lời nói gây tổn hại người khác, thường là do trong lúc vô tình không hay biết, tạo thành mối thù sâu hận lớn, oán thù vay trả, trả vay mãi mãi không dứt. Những người có học ngày trước đều rõ biết, thường lưu tâm thận trọng giữ gìn.

Bậc cổ đức dạy rằng, điều tối kỵ của người tu hành là nói ra những chuyện tốt xấu của người khác, thậm chí *"hết thảy chuyện thế tục"* đều không liên can gì đến tự thân mình, cho nên *"miệng không được nói, lòng không được nghĩ đến. Miệng vừa nói, lòng vừa nghĩ thì tự thân liền bị mê mờ che lấp"*. Đó là mê mờ che lấp lương tâm của chính mình.

Phần sau nói rất hay: *"Nếu chuyên cần luyện tâm, phải thường truy tìm lỗi lầm của tự thân mình, lẽ nào còn bỏ công lo đến chuyện trong nhà người khác?"* Đây chính là ý nghĩa như Đại sư Huệ Năng từng dạy: *"Người chân chính tu hành không nhìn thấy lỗi lầm của thế gian."* Không phải là không có mắt, không phải là nhìn không thấy, nhưng tự mình mang bao tội nghiệp, tội lỗi đầy người, tự sửa lỗi, tự làm trong sạch còn chưa kịp, làm sao còn có thời gian quan tâm đến chuyện người khác?

Cho nên, người tu hành trong một đời này có thành tựu hay không, mấu chốt chính là ở điểm này. Người ưa thích nói lỗi người khác, ưa thích tọc mạch tìm tòi lỗi lầm của người khác, nhất định không phải là người tu hành, nhất định đó là người đi vào ba đường ác. Vì thế, bản thân chúng ta ở trong sáu nẻo luân hồi, con đường tương lai như thế nào, tự trong lòng mình có thể so sánh thấy rõ, có thể thấy biết sáng tỏ.

Ngày trước có người hỏi tôi: *"Bạch thầy, con có phải đọa vào địa ngục hay không?"* Tôi đáp: *"Câu ấy ông không cần hỏi tôi, chỉ tự mình quay lại kiểm điểm chính mình thì biết rõ ngay."* Trong kinh *Phát khởi Bồ Tát thù thắng chí lạc* nói rõ với chúng ta rằng, hủy báng Tam bảo, hủy báng người tu hành, những tội hủy báng ấy đều phải đọa vào địa ngục A-tỳ. Chúng ta phải tin nhận điều này. Phá hoại sự hòa hợp của Tăng-già, phá hoại đạo trường, nhất là đối với những đạo trường tu tập chánh pháp, nếu quý vị khởi lên ý niệm tán thán ngợi khen thì được phước báo vô lượng vô biên, nhưng một niệm xấu ác hủy báng, ganh ghét, gây chướng ngại sẽ tạo thành tội nghiệp đọa vào địa ngục A-tỳ.

Họa hay phúc thảy đều do trong một ý niệm nhưng người ta vẫn cứ ngu si đến thế [không chịu nhận biết]. Chúng ta suy ngẫm xem tự mình có tạo tội nghiệp như thế hay chăng? Bản thân mình chẳng phải thánh hiền, nhất định phải có tạo tác, chỉ là nặng nhẹ khác nhau mà thôi. Những người học Phật, thậm chí là người xuất gia, mà oán trách đức Phật Thích-ca Mâu-ni, chê bai chư vị đại đức xưa, đa phần là rơi vào tội này.

Chúng ta vẫn thường nhìn thấy nhiều trường hợp chê bai kinh điển giáo pháp, chê bai những lời dạy, những bộ luận giải của các bậc đại đức xưa. Thế nhưng [những người chê bai ấy] không hề suy xét sâu xa, không cần phải nói đến Kinh điển của Phật, chỉ xét trong những ngữ lục của các bậc cổ đức, các ngài nói ra những lời như thế là vì sao mà nói? Các ngài nói ra với những đối tượng nào? Các ngài nói với dụng ý gì? Chúng ta không chịu khắc ghi suy xét để hiểu rõ, lại tùy tiện theo ý riêng chê bai, tạo thành tội nghiệp. Chúng ta không hiểu được dụng ý của các ngài, không hiểu được bối cảnh của sự thuyết giảng.

Khi thuyết pháp, đức Phật thường dạy: *"Phật không pháp nào có thể thuyết dạy."* Chư vị tổ sư đại đức cũng không một pháp nào có thể thuyết dạy. Vậy vì sao lại thuyết pháp? Đó là vì chúng sinh mà trị bệnh. Cho nên, khi các ngài thuyết pháp, nhất định phải có đối tượng cụ thể, tùy theo đối tượng ấy có khiếm khuyết, có tật xấu gì. Ví như đối tượng là kẻ chấp không, Phật, Bồ Tát liền nói có. Đối tượng là người chấp có, Phật, Bồ Tát liền nói không. Như thế, thuyết pháp không gì khác hơn ngoài việc đối trị các khiếm khuyết, tật xấu, chỉ là trừ diệt cho hết những vọng tưởng, chấp trước của đối tượng mà thôi. Thế nhưng hậu học chúng ta lại hết sức cao ngạo, đem những điều thuyết pháp của Phật dạy ra mà thẩm xét phê phán, dám cho rằng ngài nói sai.

Không chỉ riêng ta phạm lỗi tày trời ấy, mà ngay lúc khởi sinh vọng tưởng, phân biệt, bám chấp như vậy còn khiến cho nhiều người khác phụ họa, hùa theo, khiến cho nhiều người cũng khởi sinh vọng tưởng, phân biệt, bám chấp. Quý vị nói xem, tội lỗi như vậy có nặng nề hay không?

Chúng ta ngày nay học Phật, dần dần sáng tỏ được một chút ý nghĩa. Chư Phật tùy loại chúng sinh mà hóa thân, không hề có thân tướng nhất định, tùy căn cơ mà thuyết pháp, nhưng nói thật ra thì không một pháp nào có thể thuyết. Cho nên, trong kinh Bát-nhã Phật dạy rằng, nếu có người cho rằng Phật thuyết pháp, đó là hủy báng Phật, huống chi là nói những chuyện khác.

Quý vị nếu cho rằng Phật có thuyết pháp thì đã là hủy báng Phật. Ý nghĩa này hết sức sâu xa. Rất nhiều người đọc kinh Bát-nhã, nhưng hết thảy đều không nghĩ đến lời dạy này của Phật. Đức Phật vì tất cả chúng ta mà nói ra rõ ràng [ý nghĩa như vậy].

Lời nói, việc làm của người thế gian, chúng ta không thể chê bai bình phẩm, tốt nhất là không chê bai. Cho nên các bậc cổ đức, Nho gia đều dạy người *chuyện không đúng lễ thì không nhìn, không nghe, không nói*. Nhà Nho dạy rằng, những chuyện không phù hợp lễ nghi thì không nhìn, không nghe, không nói.

Trong đạo Thiên Chúa, tôi xem qua các kinh [trong Kinh thánh] của họ cũng thấy nói như vậy. Trong kinh Cảm tạ của họ có những câu rất hay như: "Thiên chúa giúp đỡ cứu vớt chúng con." Chúng ta rất dễ dàng bị hết thảy [các nhân tố như] con người, sự vật, sự việc mê hoặc, đánh mất lý trí, phải cầu Thượng đế cứu giúp. Đã biết thống thiết hối cải lỗi lầm rồi thì phải "một lòng nhớ Chúa". Chúng ta niệm Phật, họ niệm Thượng đế. Niệm phải một lòng chuyên chú. Một lòng chuyên chú liền phát sinh hiệu quả. Nói *"trong lòng con đã đủ"*, đó là biết đủ. *"Không mưu cầu bên ngoài"* là đối với hết thảy mọi người mọi vật mọi việc đều có thể buông xả. "Chúa nguồn dạy con", là căn bản dạy chúng ta *"không nghe những lời dâm dật, không nhìn những cảnh tà dâm, không nói những lời trái lễ, không lấy những vật phi nghĩa, không đến những nơi trái lễ, tâm không nghĩ bậy, ý không càn quấy"*.

Quý vị xem, những lời họ giảng đó, chỉ vì chúng ta ít tiếp xúc với tôn giáo khác [nên không hiểu], sau khi tiếp xúc rồi, chúng ta mới hết lòng nể phục. Tín đồ của họ nếu có thể vâng làm đúng theo lời dạy thì đó chính là các bậc đại thánh đại hiền trong chốn thế gian.

Trong đạo Thiên Chúa, tôi đọc thấy rất nhiều câu dạy tín đồ phải nêu gương tốt trong xã hội, so với đề xuất của chúng ta là *"Học vi nhân sư, hành vi thế phạm"* (Học để làm thầy người khác, hành động để nêu gương cho đời), thật hoàn toàn tương đồng.

Trong Tịnh độ tông của chúng ta nói *"tín, nguyện, hạnh"*, họ cũng nói *tín, nguyện, hạnh*. Họ có ba đức là *"tín đức, vọng đức, ái đức"*. Vọng là mong cầu, *tín* là đức tin. *"Vọng đức"* chính là *nguyện*; *"ái đức"* là yêu thương Thiên chúa; thương người như thương mình, đó là *hạnh*. Cho nên họ cũng có đủ *tín, nguyện, hạnh*.

Chúng ta nói sáu ba-la-mật, họ nói *bốn điều*, là bốn loại đức hạnh căn bản: *"trí, nghĩa, tiết, dũng"*. *Trí* là trí tuệ, *nghĩa* là bố thí, không mong cầu báo đáp, *tiết* là nhẫn nhục, *dũng* là trì giới. Họ cũng có cả đức tính dũng mãnh sửa lỗi, tự làm trong sạch bản thân.

Kinh cầu nguyện hòa bình của họ cũng đặc biệt thù

thắng, hết sức cảm động lòng người. Họ có thể trở thành một tôn giáo lớn trên thế giới, quy tụ được đông người tin theo đến như vậy, điều đó cũng là có ý nghĩa.

Chúng ta ngày nay nói rằng học Phật, nhưng thực tế mà nói, đem so với họ thật còn thua kém rất xa. Họ quyết định sẽ được lên cõi trời, còn ta thì đọa vào địa ngục A-tỳ. Điều này chúng ta phải suy ngẫm sâu xa, tự mình phản tỉnh, kiểm điểm. Họ cầu nguyện ngày hai lần sáng tối, hai lần sáng tối công phu, cầu nguyện, lúc nào cũng tỉnh táo soát xét lỗi lầm của bản thân mình, nỗ lực nhiều hơn so với chúng ta.

Tuy đức Phật có những lời răn dạy hết sức thù thắng, thế nhưng trong thời mạt pháp này, đa phần chỉ giữ được hình thức mà thôi, cho nên bốn chữ *"tín, giải, hành, chứng"* trở thành *"hữu danh vô thật"* (chỉ có tên gọi mà không có thực chất).

Vì thế, tôi thường nhắc nhở cảnh tỉnh quý vị đồng học, chúng ta sau khi chết rồi biết đi về đâu? Không thể nói rằng bản thân mình hãy còn rất trẻ tuổi, vì *"đường xuống suối vàng không phân già trẻ"*. Đặc biệt là hiện nay thế gian rất nhiều tai nạn. Quý vị xem, gần đây nhất là trận động đất ở Đài Loan, chỉ trong mấy giây đồng hồ thôi mà có những gia đình cả nhà đều chết hết. Chúng ta nhìn thấy như vậy không kinh sợ, cảnh tỉnh hay sao? Cho nên, Tổ sư Ấn Quang dạy rằng, người học Phật phải đem một chữ *"chết"* dán ngay trên trán, thường thường tự hỏi bản thân mình phải làm thế nào? Phải thực sự nỗ lực mà làm.

Chúng ta nói thật ra cũng rất muốn nỗ lực làm, nhưng vì sao những khiếm khuyết, tật xấu vẫn không sửa đổi được? Không phải là không muốn sửa, thực sự là rất muốn sửa. Chúng ta đối với kinh điển Đại thừa tụng niệm rất nhiều, suy ngẫm kỹ lại thì việc sửa lỗi không được chính là do nghe kinh quá ít. Chúng ta nghe giảng giáo pháp thời gian quá ít. Cư sĩ Trần Quang Biệt, Lâm trưởng của đạo tràng Cư Sĩ Lâm, trong bốn năm cuối đời nghe giảng kinh qua băng ghi hình, mỗi ngày nghe đủ tám giờ, suốt bốn năm không hề gián đoạn. Mỗi một bộ kinh đều nghe lại rất nhiều lần. Điều này đúng như trong nhà Phật nói: *"Vào sâu một pháp, huân tu lâu dài."* Ông ấy đã thành công, đã nắm được cơ hội, thâm nhập kinh tạng, học được một bộ kinh. Một bộ kinh, cốt yếu phải thâm nhập, phải thấu triệt, hiểu rõ được ý nghĩa trong kinh thì tín tâm, nguyện tâm của chúng ta mới có thể sinh khởi, sau đó mới có thể đem vọng tưởng, tập khí từ trong quá khứ mà sửa đổi cho chân chính. Đó gọi là chân tu.

Thời gian cũng không kể là quá dài. Trong bốn năm, mỗi ngày tám giờ, đó cũng là thị hiện cho chúng ta thấy, một ông già hơn tám mươi tuổi mới bắt đầu dụng công vẫn còn kịp thời. Ông ấy vốn trước đó hai năm đã cầu được vãng sinh, nhưng vì muốn hộ trì đạo tràng Cư Sĩ Lâm nên ở đời thêm hai năm nữa. Do đó có thể biết rằng, công phu nghe pháp huân tập này có thể thành tựu sau hai năm. Cũng do đó có thể biết rằng, chỗ khiếm khuyết ngày nay của chúng ta là không chịu nỗ lực thực sự. Lỗi lầm chính là ở điểm này. Chúng ta không vất bỏ hết đi những ý niệm tự tư tự lợi, không vất bỏ hết được tham sân si mạn, đối với những lời răn dạy của đức Phật thì lúc nhớ lúc quên. Những lúc tụng đọc thì dường như nhớ kỹ, cảnh giới hiện tiền có thể buông bỏ hết sạch, nhưng rồi [sau đó] hết thảy vẫn là thuận theo phiền não, vẫn là thuận theo tập khí.

Cho nên, trong buổi công phu tối chúng ta phải nỗ lực suy ngẫm, phải phản tỉnh, xem lại trong một ngày ấy có bao nhiêu lầm lỗi, những lúc khởi tâm động niệm, nói năng hành động, cũng trong ngày ấy nghĩ tưởng được bao nhiêu việc tốt, làm được bao nhiêu việc tốt. Đem hai phần [tốt xấu] so sánh với nhau liền biết được ngay mình sẽ đi về đâu [sau khi chết]. Chuyện này đâu cần phải hỏi người khác?

Vì thế, người thực sự giác ngộ thì việc tự mình sửa lỗi, tự làm trong sạch chính mình là chuyện khẩn thiết nhất. Nếu như mỗi lúc khởi tâm động niệm vẫn muốn biết lỗi lầm của người khác, thì đó là tội lỗi nặng nhất của chính mình, không còn tội nào nặng nề hơn nữa. Tâm nhơ nhớp xấu ác đến như vậy là cùng cực.

Xã hội ngày nay vì sao bại hoại đến mức này? Đó là vì hết thảy mọi người trong xã hội ai ai cũng đều học theo cách chê bai người khác, khinh thường người khác, nên mới chiêu cảm sự báo ứng như vậy. Chúng ta xem qua cõi tịnh độ của chư Phật, như lời đức Thế Tôn chỉ dạy chúng ta, thấy biết môi trường xã hội ở những cõi ấy như thế nào? Đó là người người ngợi khen xưng tán lẫn nhau, không hề có sự công kích, bới móc lỗi lầm người khác. Chúng ta lại xem qua Kinh Thánh của đạo Cơ Đốc, đạo Thiên Chúa, trong đó hình dung thiên đường của họ cũng chỉ toàn những lời tốt đẹp ngợi khen xưng tán, không có những lời hủy báng, không có công kích, bới móc nhau. Thật đáng để chúng ta suy ngẫm sâu sắc, thật đáng để chúng ta phản tỉnh.

Cho nên, hai câu *"Hình nhân chi xú, yết nhân chi tư"* (Phô bày chuyện xấu, bới móc chuyện riêng tư của người khác) là lời giáo huấn chúng ta phải thường ghi nhớ, quyết định không được phạm vào. Nếu như phạm vào những lỗi lầm này, niệm Phật nhất định không thể vãng sinh. Vì sao vậy? [Vì như thế thì] quý vị là người xấu ác, còn thế giới Cực Lạc là *"các bậc thượng thiện nhân cùng tụ về một chỗ"*. Quý vị cho dù có niệm Phật thật tốt, niệm phải thật nhiều, mỗi ngày đến mười muôn Phật hiệu, hai mươi muôn Phật hiệu, thế nhưng tâm quý vị xấu ác, hành vi của quý vị xấu ác, mà điều kiện để vãng sinh Tịnh độ là *"tâm tịnh ắt cõi Phật tịnh"*, nên tâm địa ô nhiễm, xấu ác thì không thể vãng sinh.

Bài giảng thứ 133

(Giảng ngày 22 tháng 11 năm 1999 tại Tịnh Tông Học Hội Singapore, file thứ 134, số hồ sơ: 19-012-0134)

Thưa quý vị đồng học, cùng tất cả mọi người.

Xin mời xem đoạn thứ 67 trong *Cảm ứng thiên:* "*Hao nhân hóa tài.*" (Làm tốn hao tài vật người khác.) Và đoạn thứ 68: "*Ly nhân cốt nhục, xâm nhân sở ái, trợ nhân vi phi.*" (Chia lìa tình thân cốt nhục của người khác, xâm phạm những điều người khác yêu thích, giúp người khác làm việc sai trái.)

Chúng ta ngày nay xem đến bốn câu này, thấy việc phạm vào các lỗi này thật hết sức phổ biến trong xã hội hiện đại, ngay như trong cửa Phật cũng thường nhìn thấy.

"*Hao nhân hóa tài.*" (Làm tốn hao tài vật người khác.) Trong phần chú giải có giải thích rất nhiều, quý vị có thể tự mình tham khảo. Nói chung [phạm lỗi này đều] là vì không biết quý tiếc những giá trị vật chất, công sức, đặc biệt là những người đã mở mang phát triển xã hội được sung túc, vì không trải qua những ngày khổ nhọc, không biết đến những khó khăn vất vả của việc làm ra của cải vật chất, lại cũng không có người dạy dỗ cho biết. Điều này làm tổn hao phước báo nhiều nhất.

Người học Phật ít nhiều đều biết qua khái niệm: "*Nhất ẩm nhất trác mạc phi tiền định.*" (Mỗi một miếng cơm ngụm nước đều đã định trước.) Những gì chúng ta nhận được, sử dụng trong đời này, thảy đều do phước báo tu tích từ trong quá khứ. Phước báo ấy rốt cùng cũng có giới hạn, nếu như không biết tiếc phước, cứ buông thả hủy hoại, cứ tùy ý lạm dụng thì sẽ sớm hao tổn đến cạn kiệt. Cho nên, trong xã hội chúng ta thường thấy rất nhiều người, có thể nói là ở đâu cũng có, đến lúc về già phải chịu nghèo túng khốn khổ. Nói thật ra, tuổi già của họ đáng được hưởng phước, không đáng phải chịu khổ báo như vậy. Nhưng vì sao phải chịu khổ báo? Đó là vì lúc tuổi trẻ không biết chuyện, làm cho hao tổn cạn kiệt phước báo, cho nên đến lúc tuổi già phải nhờ cậy người khác cứu giúp.

Hiện tại trên thế giới có nhiều quốc gia quan tâm đến phúc lợi cho người già, có nhiều địa phương làm rất tốt. Nhưng nói thật ra, đó là giải quyết ở phần ngọn, chưa phải giải quyết tận gốc. Phải làm sao để quan tâm giải quyết tận gốc vấn đề phúc lợi cho người già? Đó là từ thuở nhỏ phải dạy cho họ biết tiếc phước, dạy cho họ biết tiết kiệm. Ý nghĩa này hầu như trong tôn giáo nào cũng đều nói đến.

Phải biết tiết kiệm, biết tiếc phước, biết tạo phước, thì tuổi già của quý vị mới có phước báo, những thứ cần dùng của quý vị mới không bị thiếu thốn, quý vị cũng sẽ được rất nhiều người trẻ tuổi quan tâm chăm sóc. Lẽ nhân quả trong chuyện này chúng ta phải hiểu rõ. Khi bản thân ta còn trẻ khỏe, có năng lực, nếu ta không biết quan tâm chăm sóc những người già thì đến lúc già yếu cũng sẽ không có ai quan tâm chăm sóc. Đây là nhân duyên quả báo. Chúng ta chịu bỏ công sức, tiền bạc ra giúp đỡ người khác thì đến khi bản thân ta già yếu cũng sẽ có người bỏ công sức, tiền bạc ra giúp đỡ ta. Đó là sự hồi báo. Nhân duyên quả báo mảy may không sai lệch.

Đặc biệt là những vật dụng thuộc về đạo trường, thuộc về thường trụ Tam bảo. Trong kinh luận, đức Phật rất nhiều lần nói đến việc này. Không biết quý tiếc tài vật của thường trụ Tam bảo thì tổn hao phước báo gấp nhiều lần so với những tài vật thông thường. Cho nên, trong kinh luận thường dạy, dù phạm vào bất cứ tội nặng nào, đức Phật cũng đều có phương cách cứu giúp quý vị, nhưng nếu là trộm cắp tài vật của thường trụ Tam bảo thì hết thảy chư Phật mười phương đều không có cách gì cứu giúp, không có biện pháp gì để hỗ trợ, giúp đỡ quý vị. Vì sao vậy? Trộm cắp những vật có chủ, đó là quý vị trộm cắp của một người. Trong tương lai quý vị hoàn trả lại cho một người ấy, việc hoàn trả như vậy cũng dễ dàng, không khó. Nếu gặp người khoan dung độ lượng, tha thứ cho quý vị thì xem như không có việc gì. Nhưng nếu là tài vật của một tập thể thì đó là sở hữu chung của cả tập thể. Quý vị trộm cắp tài vật ấy thì món nợ quý vị gây ra rất là phiền phức. Trong tập thể ấy có bao nhiêu người thì tất cả đều là chủ nợ của quý vị. Cho nên chúng ta hiểu rõ ý nghĩa này thì đối với những tài vật của cộng đồng phải đóng góp thêm vào, phải bảo vệ, như vậy được công đức lớn nhất. Đối với phương tiện, tài vật của cộng đồng trong một thành phố, nếu quý vị trộm lấy thì kết quả tội lỗi ấy là tất cả cư dân trong thành phố đều là chủ nợ của quý vị.

Nếu là tài vật của quốc gia thì càng phiền toái hơn nữa. Khi quý vị trộm lấy thì quốc gia ấy có bao nhiêu người dân, tất cả đều là chủ nợ của quý vị. Thí như Trung quốc là một quốc gia lớn với hơn một tỷ dân, nếu quý vị trộm cắp tài sản quốc gia thì chủ nợ của quý vị là hơn một tỷ người, không tính chính xác được. Thế nhưng hơn một tỷ người đó cũng là có số lượng, chư Phật, Bồ Tát vẫn còn có thể giúp được, vẫn có thể cứu độ quý vị. [Nếu là trộm cắp] tài vật của thường trụ Tam bảo thì Phật cũng không thể cứu giúp quý vị. Vì sao vậy? Vì tài vật của thường trụ Tam Bảo là tương thông khắp mười phương, ba đời, cho nên sự phiền toái rất lớn. Tội lỗi này kết quả là vô lượng vô biên, cho nên quả báo là địa ngục.

Tôi thấy ở đạo tràng Cư Sĩ Lâm và Tịnh Tông Học Hội đều có treo bảng ghi một câu trích từ kinh Địa Tạng, cảnh báo mọi người rằng, muôn ngàn lần cũng không được xâm phạm đến tài vật của thường trụ Tam bảo. Sự cảnh báo đó rất tốt, vì có nhiều người xao lãng xem thường.

Nếu tiết kiệm, giữ gìn tài vật cho thường trụ, phước báo ấy không thể nghĩ bàn. Nếu lãng phí của thường trụ, sự tổn hao phước báo cũng không thể nghĩ bàn. Điều này chúng ta phải hiểu rõ. Nuôi dưỡng tập thành thói quen tiết kiệm, cũng tập thành thói quen yêu tiếc sức người, sức của, người như vậy là đã được phước báo rồi.

Câu tiếp theo bên dưới: *"Ly nhân cốt nhục."* (Chia lìa tình thân cốt nhục của người khác.) Đó là tạo nghiệp. Trong xã hội hiện tại, tỷ lệ ly hôn rất cao, nên có những luật sư chuyên làm công việc hỗ trợ, giúp cho người khác ly hôn. Đó là phạm vào tội này. Quả báo tội này không tốt. Quả báo tương lai là vợ con chia lìa, vì người làm việc như thế nào nhất định phải nhận chịu quả báo như thế ấy.

Khuấy động chuyện thị phi, phá hoại gia đình người khác, phá hoại một đoàn thể, trong Phật pháp có [một trong năm] tội nghịch là "phá hòa hợp tăng". Ba câu [trong đoạn 68] này đều có quan hệ hết sức mật thiết với những điều đó. Những điều mà người khác yêu thích, chúng ta đứng ngoài nhìn thấy sinh lòng ganh ghét đố ky, không từ bất kỳ thủ đoạn nào để gây chia lìa, để phá hoại, lại hỗ trợ người khác làm những chuyện xấu xa đồi bại. Bậc cổ đức dạy chúng ta thành tựu việc tốt đẹp cho người khác, không giúp thành tựu những chuyện xấu ác. *"Trợ nhân vi phi"* (giúp người làm việc xấu) chính là thành tựu chuyện xấu ác cho họ. Điều này thuộc về tội ác lớn lao, quả báo hết thảy đều vào địa ngục. Cảnh giới địa ngục cũng rất phức tạp, có nhiều loại khổ não phải nhận lãnh khác nhau, thời gian dài ngắn cũng khác nhau, tùy thuộc vào tội nghiệp đã tạo ra là nặng hay nhẹ.

Đối với sự phá hoại của một người, không kể là phá hoại một gia đình, hay một đoàn thể, còn phải xem ảnh hưởng của việc ấy. Nếu là ảnh hưởng lớn lao, thời gian gây ảnh hưởng lâu dài thì tội nghiệp ấy cũng hết sức nặng nề. Còn phải xem người bị phá hoại đó là người nào, cá nhân họ đối với xã hội, đối với chúng sinh có ảnh hưởng lớn hay nhỏ, có ảnh hưởng lâu dài đến mức nào.

Trong kinh *Phát khởi Bồ Tát thù thắng chí lạc*, đức Thế Tôn vì chúng ta nêu ra một trường hợp điển hình. Có hai vị tỳ-kheo cùng thuyết pháp làm lợi ích chúng sinh, đều bị người khác ganh ghét đố kỵ. Trong pháp thế gian cũng như xuất thế gian, chuyện như thế này chúng ta vẫn thường nhìn thấy. Quý vị có chuyện tốt đẹp, như người xuất gia giảng kinh thuyết pháp, nếu như pháp duyên được hết sức thù thắng, người đến nghe pháp rất đông, lại quy y theo vị ấy cũng rất nhiều, được cúng dường nhiều, thì vị ấy phải chịu sự ganh ghét đố kỵ càng nhiều hơn, [phải bị người khác] tìm đủ mọi cách để phá hoại, làm cho những người nghe pháp đối với vị pháp sư ấy phải đánh mất tín tâm, phá hoại đạo trường ấy. Làm như thế là dứt mất tuệ mạng của hết thảy chúng sinh, quả báo phải vào địa ngục A-tỳ. Trong địa ngục ấy phải chịu tội thời gian dài hay ngắn so với thời gian của chúng ta ở cõi người không giống nhau, người hiện nay gọi là sai biệt về thời gian.

Đức Phật dạy rằng, nếu dùng thời gian của chúng ta ở cõi người mà tính toán thì kẻ đọa vào địa ngục thời gian 18 triệu năm, trong thực tế ở trong địa ngục cảm nhận thời gian ấy là vô lượng kiếp. Chúng ta thường nói đó là *"độ nhật như niên"* (mỗi ngày dài như một năm). Cho nên, việc tạo tội thật hết sức dễ dàng, thời gian hết sức ngắn ngủi. [Dùng lời nói] khuấy động chuyện thị phi chỉ trong mấy phút đồng hồ, chỉ trong một vài giờ, lại có thể phá hoại mối quan hệ hết sức tốt đẹp của người khác, tạo thành khẩu nghiệp. Trong ba nghiệp thì khẩu nghiệp là dễ phạm vào nhất, đâu biết được tội lỗi tạo ra nặng nhẹ thế nào.

Cho nên, đức Thế Tôn trong kinh Vô Lượng Thọ dạy chúng ta phải khéo giữ gìn ba nghiệp, trong đó khẩu nghiệp được xếp ở hàng đầu. Câu đầu tiên là: "Thiện hộ khẩu nghiệp, bất ky tha quá." (Khéo giữ gìn khẩu nghiệp, không chê bai lỗi lầm người khác.) Người khác không có lỗi lầm, chúng ta đặt điều dựng chuyện, phá hoại người khác, tội lỗi ấy là nặng nề nhất. Ví như người khác thật có lỗi lầm, quý vị có thật biết được lỗi lầm ấy chăng? Họ có quả thật phạm lỗi hay chăng? Các vị Bồ Tát, thiện tri thức khi tiếp dẫn chúng sinh vẫn thường dùng nhiều phương tiện khác biệt, nhưng vẫn hướng về một mục đích cuối cùng. Trong kinh Hoa Nghiêm, chúng ta thấy có Cam Lộ Hỏa Vương, một người nhìn qua có nhiều sai trái, tâm sân hận rất lớn, dùng hình phạt nghiêm trọng đối với chúng sinh. Vị này là Bồ Tát, ngài dùng phương thức như vậy để cứu độ một hạng chúng sinh, chúng ta là phàm phu sao có thể hiểu được? Chỉ thấy như vậy là sai trái. Bà-la-môn Thắng Nhiệt ngu si, cô Phạt-ta-mật-đa tham ái, đó là trong kinh Hoa Nghiêm chúng ta nhìn thấy được, các vị Bồ Tát dùng đến tham sân si, các ngài dùng phương thức như vậy để hóa độ chúng sinh.

Chúng ta không có trí tuệ, không có pháp nhãn, không thấy ra được dụng ý của Bồ Tát, lại tùy tiện [nói bậy] tạo thành khẩu nghiệp, tùy tiện chê bai chỉ trích với ý xấu, gây chia lìa thương tổn, tạo vô lượng vô biên tội nghiệp. Cho nên, trong kinh đức Phật thường khuyên bảo, nhắc nhở cảnh tỉnh chúng ta, khi còn chưa chứng đắc quả vị A-la-hán, "kiến tư phiền não" (phiền não do thấy biết và nghĩ tưởng sai lầm) còn chưa dứt trừ, nhất định không được tin vào suy nghĩ của riêng mình, không được tin vào cách nhìn của mình, không được tin vào sự phán đoán của riêng mình. Đích thực đó là phải hay quấy, thiện hay ác, chúng ta không có cách gì rõ biết. Chúng ta nhìn nơi hình tượng bên ngoài, không thể biết được dụng ý của người khác.

Người học Phật phải dùng phương cách gì để ứng xử, đối đãi với người khác, tiếp xúc với sự vật? Chưa có được năng lực [phân biệt chính xác] như vậy, khi nhìn thấy người khác làm chuyện xấu ác, chúng ta chỉ chắp tay niệm "A-di-đà Phật", [không bình phẩm,] như vậy là đúng đắn. Cho nên, Bồ Tát Phổ Hiền dạy chúng ta một nguyên tắc, chúng ta phải luôn ghi nhớ: "Lễ kính chư Phật, xưng tán Như Lai." (Cung kính lễ bái chư Phật, ngợi khen xưng tán Như Lai.) Các ngài làm những pháp lành, có ảnh hưởng tích cực đến xã hội, đến chúng sinh, chúng ta không ngại ngợi khen xưng tán. Các ngài làm những việc xấu ác, dường như đối với xã hội, đối với chúng sinh có ảnh hưởng xấu, nhưng chúng ta không thể biết được dụng ý của các ngài, vậy thì không ngợi khen xưng tán. Chúng ta vẫn cung kính lễ bái các ngài, nhưng không ngợi khen xưng tán.

Đức Phật dạy chúng ta cung cách, thái độ như vậy, chúng ta phải học biết. Cho nên, Đồng tử Thiện Tài khi tham học các bậc thiện tri thức, đối với Bà-la-môn Thắng Nhiệt, Cam Lộ Hỏa Vương... những người có việc làm dường như là xấu ác, nhưng ngài vẫn cung kính lễ bái, chỉ không ngợi khen xưng tán. Đó là dạy bảo chúng ta, thị hiện nêu gương cho chúng ta nhìn vào.

Mọi việc làm của các vị Bồ Tát đều được chư Phật Như Lai ngợi khen xưng tán, phương thức sáng suốt cao vời, chính là "đồng sự nhiếp" (cùng chung công việc để thu nhiếp giáo hóa) trong bốn pháp nhiếp hóa, phàm phu chúng ta không làm nổi. Phương thức mà các ngài vận dụng rất giống như trái với giáo pháp, nhưng dụng ý hết sức tốt đẹp, hiệu quả cũng hết sức tốt đẹp. Các ngài có thể giáo hóa cho những kẻ đang trong cảnh khổ nạn được giác ngộ, quay đầu hướng thiện, giúp đỡ họ trong lúc nhận chịu khổ đau. Điều đó phàm phu chúng ta không làm được. Chẳng những là chúng ta không làm được mà dù chỉ nghĩ thôi cũng không nghĩ đến.

Căn tánh chúng sinh không giống nhau, tập khí khác biệt nhau. Cho nên, phương tiện, cách thức mà Bồ Tát sử dụng để tiếp dẫn chúng sinh cũng không giống nhau. Các ngài có thể làm như vậy, chúng ta không làm được.

Trong đạo Cơ Đốc nói rằng chúa Giê-su bị đóng đinh trên cây thập giá, chúng ta trong Phật pháp có thể thấy được rất rõ ràng, đó là thay chúng sinh bố thí bằng cách chịu khổ, thay chúng sinh cúng dường bằng cách chịu khổ. Những người làm hại chúa Giê-su, những người kết tội ngài, những người hành hình ngài, chúng ta thấy đó là người xấu ác, chư Phật Bồ Tát thấy họ là người hiền thiện, chúng ta làm sao hiểu được? Không một người nào là người xấu ác cả.

Cũng giống như chúng ta đọc trong kinh điển thấy vua Ca-lợi cắt xẻo da thịt trên thân thể vị tiên nhẫn nhục, so ra còn tàn khốc hơn chúa Giê-su bị đóng đinh trên cây thập giá. Chúa Giê-su bị đóng đinh trên cây thập giá cũng không có gì ghê gớm lắm, chỉ là bốn cây đinh đóng vào thập giá mà thôi. Tiên nhân nhẫn nhục bị vua Ca-lợi dùng dao cắt xẻo từng miếng, từng miếng da thịt, cắt xẻo cho đến chết, đó là xử tử lăng trì, tàn khốc hơn nhiều so với chúa Giê-su bị đóng đinh trên thập giá. Tiên nhân nhẫn nhục thành Phật, ngài phát nguyện trong tương lai khi thành Phật thì trước tiên là hóa độ [người hại mình]. Ngài là ai vậy? Chính là tiền thân của đức Phật Thích-ca Mâu-ni. Còn vua Ca-lợi là ai vậy? Chính là người đệ tử đầu tiên được đức Phật Thích-ca Mâu-ni hóa độ, Tôn giả Kiều-trần-như.

Bồ Tát thị hiện, chúng ta làm sao biết được? Không có nhân duyên là vua Ca-lợi, pháp ba-la-mật của Bồ Tát không thể thành tựu viên mãn. Vua Ca-lợi chính là giúp đỡ, hỗ trợ cho Bồ Tát thành tựu viên mãn pháp ba-la-mật. Đó là công đức lớn lao, phàm phu chúng ta làm sao biết được?

Các pháp thế gian và xuất thế gian đều có vô lượng nhân duyên, lý rất sâu xa, sự tình rất phức tạp, không phải trí tuệ của phàm phu chúng ta có thể lý giải được. Cho nên, chúng ta

130

kính tin theo những lời răn dạy của đức Phật, chơn chất thật thà y theo lời dạy vâng làm, quyết định xa lìa hết thảy các nghiệp xấu ác, tích lũy công đức, thành tựu pháp thân tuệ mạng của chính mình. Những việc người khác làm, chúng ta không thể biết được họ có phải là chư Phật, Bồ Tát thị hiện hay không, có phải là các ngài đến để hóa độ chúng sinh hay không? Chúng ta tự mình là phàm phu, quyết định không thể làm như họ. Chúng ta nếu tạo nghiệp ắt phải đọa vào địa ngục. Điều này muốn ngàn lần phải ghi nhớ kỹ.

Trong phần này, nội dung các chú giải hết sức phong phú, quý vị có thể tự mình đọc qua. Tốt rồi, hôm nay thời gian đã hết, chúng ta giảng đến đây thôi.

Bài giảng thứ 134

(Giảng ngày 25 tháng 11 năm 1999 tại Tịnh Tông Học Hội Australia, file thứ 135, số hồ sơ: 19-012-0135)

Thưa quý vị đồng học, cùng tất cả mọi người.

Xin mời xem đoạn thứ 68 trong *Cảm ứng thiên:* *"Ly nhân cốt nhục, xâm nhân sở ái, trợ nhân vi phi."* (Chia lìa tình thân cốt nhục của người khác, xâm phạm những điều người khác yêu thích, giúp người khác làm việc sai trái.)

Ba câu này, phần trước đã có giới thiệu qua, ý tứ hết sức sâu rộng, hơn nữa [những lỗi này] lại rất dễ phạm vào. Giảng giải thêm nhiều lần sẽ giúp ta tăng thêm ấn tượng sâu sắc hơn, đối với chúng ta như vậy cũng là điều tốt.

Ở đời ai ai cũng đều muốn điều tốt đẹp, đều mong cầu việc hiền thiện, thế nhưng vẫn thường phạm vào nhiều lỗi lầm mà tự thân cũng không hay biết. Nguyên nhân của việc này chúng ta có thể lý giải được.

Nền giáo dục hiện đại so với trong quá khứ không giống nhau. Người xưa hết sức xem trọng sự ngăn ngừa từ đầu, biết rằng giáo dục là quan trọng thiết yếu hơn bất kỳ điều gì khác. Con người cũng là một trong các loài động vật, có thể cao quý hơn các loài động vật khác là nhờ được giáo dục, do đó hiểu biết sự việc, sáng tỏ lý lẽ. Các loài động vật khác đều không có được sự giáo dục, đây chính là điểm khác biệt giữa con người với các loài động vật. Các bậc hiền thánh xưa đều biết rằng, nếu con người không được giáo dục thì họ sẽ đáng sợ nhất trong các loài động vật. Trong ý thức chúng ta thường nghĩ đến các loài [đáng sợ nhất] là rắn độc, thú dữ, nhưng các loài này khi đã no nê rồi thì tuyệt đối không làm hại đến các loài vật nhỏ yếu hơn chúng. Con người thì không phải vậy, dù đã ăn no mặc ấm rồi, hết thảy mọi thứ đều đầy đủ rồi, nhưng vẫn cứ ức hiếp người khác, vẫn cứ giết hại người khác. Cho nên trong các loài động vật, chúng ta suy ngẫm kỹ thấy rằng con người là tàn nhẫn hơn hết.

Vậy vậy, các bậc hiền thánh xưa, chư Phật, Bồ Tát thị hiện ở đời, giáo hóa dạy dỗ chúng sinh, trong các chúng sinh ấy thì chủ yếu là loài người. Con người nếu giác ngộ rồi thì thành tựu hết sức nhanh chóng, hết thảy các loài động vật khác đều không sánh kịp. Con người nếu không được giáo dục, đọa lạc cũng rất nhanh, đọa lạc vào đến địa ngục A-tỳ. Những hiện tượng này, chúng ta đã từng thấy rất rõ ràng.

Đức Phật dạy chúng ta phải tu sửa chính đính những tâm lý, hành vi sai trái. Các bậc cổ đức không kể là thuộc tông phái nào, đều khuyến khích chúng ta phải khởi tu từ căn bản. Căn bản là gì? Căn bản là tâm địa, là ý niệm. Phải chuyển đổi từ nơi ý niệm.

Đức Phật Thích-ca Mâu-ni 49 năm giảng kinh thuyết pháp. Nói thật ra cũng không chỉ riêng một đức Phật Thích-ca Mâu-ni mà hết thảy chư Phật Như Lai trong mười phương ba đời, các ngài vì tất cả chúng sinh giảng kinh thuyết pháp, đó là giảng những việc gì? Chính là giảng *thật tướng của các pháp* như trong kinh Bát-nhã đã nói. Nói theo cách hiện nay thì đó là chân tướng sự thật của tất cả các pháp. Nói như vậy không sai, đích thực là [chư Phật] giảng giải chân tướng sự thật [của các pháp].

Điều quan trọng thiết yếu nhất trong sự thật chân tướng là nói rõ cho chúng ta biết vũ trụ từ đâu mà có? Hết thảy muôn vật từ đâu mà có? Sự sống từ đâu mà có? Đó là những sự thật chân tướng. Thông đạt, sáng tỏ được hết thảy sự thật chân tướng, trong nhà Phật gọi đó là thành Phật. Đối với sự thật chân tướng hoàn toàn mê hoặc, đó gọi là chúng sinh. Phật và chúng sinh khác biệt là ở chỗ này.

Thế nhưng sự thật chân tướng là gì? Đức Phật giảng giải rất nhiều, chúng ta không tin nhận, chúng ta không thể lý giải, cũng không có cách gì tiếp nhận. Đức Phật dạy rằng, nhân sinh, vũ trụ, hết thảy muôn vật đều là chính tự thân mình. Lời này chúng ta nghe qua không hiểu được, sao lại là tự thân mình? Quả thực là tự thân mình, khi giác ngộ rồi mới biết được, lúc còn mê hoặc không biết được. Ví như một cá nhân ta, mọi người đều biết rằng thân thể chúng ta hợp thành từ vô số tế bào. Thân thể con người chúng ta cũng giống như hết thảy chúng sinh trong các pháp giới khắp hư không, đó là một tổng thể, là cùng một sinh mạng. Thế nhưng mỗi một tế bào trong thân thể của ta đều không biết được. Mỗi một tế bào đều độc lập, mỗi một tế bào đều cho rằng riêng mình là đúng, không thể hợp tác qua lại cùng nhau. Đã không thể hỗ trợ hợp tác cùng nhau, đôi bên lại còn gây hại, chướng ngại lẫn nhau, khiến cho bộ phận ấy liền tê liệt, liền sinh bệnh.

Cho nên, hiện tượng ngày nay là thế nào? Không chỉ là nhiều người nói trái đất này đã bị bệnh mà vũ trụ cũng bị bệnh. Cũng may là căn bệnh này chỉ ở cục bộ, từng phần, không phải rộng khắp, toàn thể. Cho nên vẫn còn có người giác ngộ. Những tế bào khỏe mạnh giác ngộ giúp đỡ, hỗ trợ các tế bào đã hư hoại được khôi phục, được lành mạnh trở lại. Tế bào khỏe mạnh là chư Phật, Bồ Tát. Tế bào hư hoại là chúng sinh trong sáu nẻo luân hồi. Tất cả đều là một tổng thể, một sinh mạng chung. Ngàn kinh muôn luận đều nói rõ với chúng ta ý nghĩa này, chúng ta không biết được.

Đức Phật khó nhọc hết lời giảng giải trong 49 năm, thực sự nghe hiểu được bao nhiêu người? Thực sự không nhiều lắm. Người nghe qua hiểu được gọi là đại triệt đại ngộ, tâm tánh sáng tỏ thấy được tự tánh. Người như vậy là đã thành Phật rồi.

Cũng có những trường hợp nghe qua hiểu rõ, hiểu rõ nhưng tập khí không sửa được. Người như thế nhất định không phải phàm phu trong sáu đường như chúng ta. Họ là ai? Là các vị A-la-hán, là Bồ Tát quyền giáo. Các ngài thực sự đã siêu việt ngoài ba cõi, các ngài đã hiểu rõ, trong tâm thực sự sửa đổi nhưng tập khí còn chưa sửa được. Trong hàng Tiểu thừa, tu sửa được tập khí là Phật Bích-chi. Trong pháp Đại thừa, tu sửa được tập khí là bậc Pháp thân Đại sĩ. Nếu không phải bậc Pháp thân Đại sĩ, dù có thực sự thay đổi thì tập khí cũng vẫn còn. Trong pháp Đại thừa nói Quyền giáo, Thật giáo, khác biệt là ở chỗ này.

Trong tâm đã sửa đổi thì hành vi của người ấy nhất định có khác biệt. Từ chỗ nào mà nhận biết? Đó là trong việc đối xử với người, tiếp xúc với sự vật, cũng chính như chúng ta nói là hoàn toàn hiển lộ đủ các tâm chân thành, tâm thanh tịnh, tâm bình đẳng, tâm chính giác, tâm từ bi. Hiển lộ một cách tự nhiên, không một mảy may gượng ép, miễn cưỡng.

Chúng ta hiện nay học [theo Phật, Bồ Tát], học mãi vẫn không giống được. Đó chính là miễn cưỡng, không xuất phát từ tự nhiên. Khế nhập được vào cảnh giới, thực sự thấu suốt rõ ràng thì đó là tự nhiên. Nhưng dù là miễn cưỡng cũng vẫn cần phải học. Nếu như không có sự miễn cưỡng đó, quý vị không thể đạt đến chỗ tự nhiên. Điều này trong ngạn ngữ thường gọi là *"tập quán thành tự nhiên"*. Có thể thấy, tập quán đó chính là sự giáo dục. Quý vị xem như nền giáo dục thời xưa, từ thuở ấu thơ đã dần dần nuôi dưỡng thành tập quán, đến lúc giác ngộ thì tự nhiên thuần thục. Cho nên, nhờ nơi tập quán mà có thể bồi dưỡng cho quý vị, giúp quý vị khế nhập vào cảnh giới.

Do đó có thể biết rằng, pháp Phật cần phải tu tập, thực hành. Kinh điển, giáo pháp dù tụng niệm đến thuộc lòng, có thể lý giải được tất cả, nhưng nếu quý vị không chịu làm thì sự lý giải của quý vị cũng chỉ trong phạm vi giới hạn, dù rộng hẹp, sâu cạn cũng đều có phạm vi giới hạn. Quý vị không cách gì có thể siêu việt đến giới hạn cùng cực. Cho nên, nhất định phải ở trong pháp môn thực hành mà thể nghiệm, thân chứng chỗ tin nhận, chỗ nhận hiểu của bản thân quý vị. Đó gọi là công phu.

Khi đạt đến chỗ hoàn toàn khế nhập cảnh giới [giải thoát] rồi thì đến hai chữ "công phu" cũng không nói ra được nữa, vì không còn tồn tại. Đó gọi là quay về tự nhiên. Tự nhiên là gì? Là pháp tánh. Thiền tông gọi là *"minh tâm kiến tánh"* (sáng tỏ tâm ý, thấy được tự tánh), Giáo tông gọi là *"đại khai viên giải"* (hoàn toàn khai ngộ, thấu hiểu trọn vẹn). Người như vậy là đã thành Phật rồi.

Thành Phật cũng có sự sai biệt. Có Phật viên mãn và Phật không viên mãn. Người xưa dùng một ví dụ, trong kinh Phật cũng có ví dụ như vậy, là một ví dụ rất hay. Đó là dùng hình ảnh mặt trăng tròn đầy đêm rằm để so sánh với sự viên mãn rốt ráo, còn không viên mãn thì ví như ánh trăng vào những đêm mồng ba, mồng bốn cho đến mười bốn. Đó vẫn là ánh trăng thực sự, không phải hư giả, cũng như Phật là chân thật. Cho nên, dù là Phật chân thật cũng vẫn có viên mãn và không viên mãn. Nhưng đã là Phật chân thật thì có nghĩa là vị ấy đã quay về tự nhiên, đã tương ưng với pháp tánh viên mãn. Vì sao nói rằng vị ấy vẫn chưa thể đạt đến cứu cánh viên mãn? Đó chính là vì tập khí chưa dứt, chưa trừ hết được. Cho nên, việc đoạn trừ tập khí không hề dễ dàng.

Nếu như trong lúc hết sức miễn cưỡng tu học, các tâm chân thành, thanh tịnh, bình đẳng, chính giác, từ bi, không hoàn toàn từ nơi tự tánh lưu xuất hiển lộ một cách tự nhiên, đó là hàng Bồ Tát quyền giáo, cũng là trong mười pháp giới, không siêu việt được ra ngoài mười pháp giới. Trong mười pháp giới có Thanh văn, Duyên giác, Bồ Tát, Phật, có Phật Tạng giáo, có Phật Thông giáo, hết thảy đều chưa phải quay về tự tánh. Các ngài đều do chân chánh nỗ lực dụng công, như chúng ta ngày nay nói là nhờ nỗ lực công phu. Đối với bậc Pháp thân Đại sĩ thì hai chữ công phu không nói được nữa, vì không còn tồn tại, ý niệm cũng không còn. Không chỉ nói về hình thức bên ngoài, cho đến ý niệm bên trong cũng không còn nữa.

Cảnh giới như vậy chúng ta có thể đạt đến hay không? Câu trả lời là khẳng định, là nhất định có thể làm được. Hơn nữa, chúng ta dù là phàm phu tầm thường, nhưng việc chứng đắc quả Phật rốt ráo viên mãn ngay trong một đời này vẫn có thể làm được. Trong kinh Hoa Nghiêm, Đồng tử Thiện Tài đã nêu gương để chúng ta noi theo. Đồng tử Thiện Tài là ai? Là người tu học Phật pháp Đại thừa, tu học Phật pháp Viên giáo Đại thừa. Người tu tập như vậy gọi là Đồng tử Thiện Tài.

Nói cách khác, điều này khẳng định với chúng ta rằng, nếu ta thực sự tu học Viên giáo Đại thừa thì trong một đời này có thể chứng đắc được quả Phật rốt ráo viên mãn. Vấn đề là chúng ta có chịu tu học hay không.

Thời gian mới bắt đầu tu học đương nhiên là rất khó khăn, khốn khổ. Khó khăn khốn khổ ở chỗ nào? Là ở chỗ phải sửa đổi tập khí của quý vị. Tập khí của quý vị đã được nuôi dưỡng tập thành, là nuôi dưỡng tập thành một thứ tập khí hư hỏng xấu xa. Hiện nay phải sửa đổi, trừ bỏ những tập khí ấy thật hết sức khó khăn. Ví như người lười nhác ham ngủ, mỗi sáng đều quen ngủ đến mười, mười một giờ mới ra khỏi giường, bây giờ bảo người ấy phải rời giường ngủ lúc bốn, năm giờ sáng, thật quá khó! Chúng ta ngày nay tu hành cảm thấy khó khăn, cũng đều là [tương tự] như vậy.

Nhưng sự thật thế nào? Trời vừa sáng, bốn, năm giờ thức dậy là chuyện bình thường. Ta kéo dài cho đến mười một, mười hai giờ mới thức dậy là chuyện bất bình thường. Hiện nay trong quan niệm của chúng ta, chuyện bất bình thường lại cho là bình thường, nên trời vừa sáng thức dậy cho là bất bình thường. Vì thế, chúng ta nhìn thấy chư Phật, Bồ Tát là bất bình thường, còn phàm phu chúng ta mới là bình thường. Sai lầm của chúng ta chính là ở chỗ này.

Cho nên, điều quan trọng thiết yếu nhất trong sự tu học Phật pháp là trước tiên phải thay đổi quan niệm của mình cho đúng đắn, chân chính. Sau đó phải làm sao biến quan niệm chân chính đó thành hành vi. Đó gọi là công phu.

Quay về tự tánh, người đời hiện nay gọi là quay về với đại tự nhiên. Quay về tự tánh là thành Phật. Kinh Hoa Nghiêm nói về bậc Pháp thân Đại sĩ. Trong kinh Kim Cang, cư sĩ Giang Vị Nông giảng giải là chư Phật có bốn mươi mốt thứ vị. Bốn mươi mốt thứ vị Pháp thân Đại sĩ, bốn mươi mốt thứ vị Phật. Kinh Kim Cang nói chư Phật Như Lai, đó là chỉ bốn mươi mốt thứ vị, giảng nói rất rõ ràng. Vì thế, chúng ta trong một đời này khẳng định là có khả năng thành tựu.

Thế nhưng, sự thành tựu của hết thảy chúng sinh không giống nhau. Trước đây Đại sư Thiện Đạo nói rất hay: *"Tất cả đều do gặp duyên khác biệt."* Lời của Đại sư rất có ý nghĩa. Các sách xưa ghi lại truyền thuyết rằng Đại sư Thiện Đạo là đức Phật A-di-đà thị hiện. Phật A-di-đà thị hiện trong thế gian này, chúng ta tin rằng có rất nhiều trường hợp, chỉ là không bộc lộ thân phận. Bộc lộ thân phận cho mọi người đều biết chính là Đại sư Thiện Đạo. Trong lịch sử Trung quốc, ngài là trường hợp [thị hiện của Phật A-di-đà] được mọi người biết đến sớm nhất. [Trường hợp] thứ hai là Thiền sư Vĩnh Minh Diên Thọ, thứ ba là Hòa thượng Phong Can ở chùa Quốc Thanh. Ba vị này được ghi chép lại trong lịch sử, đều là Phật A-di-đà thị hiện.

Cũng có người nói Đại sư Trí Giả là Phật Thích-ca Mâu-ni thị hiện. Bồ Tát thị hiện rất nhiều. Chúng ta biết được Hòa thượng Bố Đại là Bồ Tát Di-lặc thị hiện, đó là hiện tướng người xuất gia. Cũng có trường hợp thị hiện là cư sĩ tại gia, như Phó Đại Sĩ đời Đường chính là hóa thân của Bồ Tát Di-lặc.

Cho nên chúng ta biết rằng, chư Phật, Bồ Tát trong thế gian này không bộc lộ thân phận, chỉ lặng lẽ mà làm, ngấm ngầm giáo hóa, rất nhiều vị như thế. Đúng như Hòa thượng Bố Đại đã nói: *"Thường thị hiện giữa đời, người đời thường không biết."* Điều này người thế gian không nhận biết được.

Do đó có thể biết rằng, người hiểu rõ rồi thì quan tâm đến người chưa hiểu, luôn chiếm đa số. Chư Phật, Bồ Tát là người hiểu rõ, phàm phu trong sáu đường là người mê hoặc. Những người hiểu rõ cũng rất nhiều, vẫn luôn ở ngay chung quanh ta, chúng ta không nhận biết được. Đến lúc nào quý vị mới có thể phát hiện? Quý vị nỗ lực tu hành, quý vị tu hành đạt đến một trình độ nhất định, tâm quý vị thanh tịnh, tự mình dần dần giác ngộ, sau đó một khi nhìn ra chung quanh thì mới phát hiện, quả thật không ít.

Đến khi ấy mới phát hiện ra rằng xưa nay chỉ có riêng mình là phàm phu, còn trong các pháp giới cùng khắp hư không thảy đều là chư Phật, Bồ Tát. Quý vị đã nhập vào cảnh giới. Trong kinh Hoa Nghiêm nói, [như vậy là] quý vị đã nhập pháp giới. Đó là pháp giới nào? Là cảnh giới giải thoát không thể nghĩ bàn, là như trong kinh Hoa Nghiêm nói là thế giới Hoa Tạng, trong kinh A-di-đà nói là thế giới Cực Lạc. Không cần đợi đến sau khi chết mới vãng sinh, ngay trong hiện tại cũng thấy được, cũng nhập được cảnh giới. Người như vậy tương lai về thế giới Cực Lạc, sinh vào cõi Thật báo trang nghiêm, hiện tại cũng đã chứng đắc cõi Thật báo trang nghiêm.

Những chuyện như vậy có lẽ nào là hư giả? Muôn ngàn lần đích xác là sự thật, chúng ta có sự nỗ lực một chút là có thể làm được. Phải nỗ lực sửa đổi tất cả những tập khí, thói hư tật xấu của bản thân mình thì mới khế nhập vào cảnh giới [giải thoát]. Nhập cảnh giới rồi thì được sự tự tại lớn lao, trí tuệ Bát-nhã vốn có trong tự tánh liền hiển lộ hiện tiền, ba đức bí tạng trong tự tánh là Pháp thân, Bát-nhã và Giải thoát, tất cả đều hiển lộ hiện tiền. Trong tâm quý vị cũng như những tư tưởng, kiến giải, hành vi của quý vị vĩnh viễn không còn sai trái lỗi lầm. Đó là điều chúng ta phải nỗ lực đạt được.

Hết thảy các pháp khác trong thế gian cũng như xuất thế gian đều là hư giả. Thể nhập cảnh giới này, quý vị làm sao còn gây chuyện thị phi? *"Ly nhân cốt nhục"* (chia lìa tình thân cốt nhục của người khác), đó chính là gây chuyện thị phi.

Chẳng những quý vị không được cướp đoạt những thứ người khác yêu thích, mà còn phải thành tựu trọn vẹn cho họ những điều họ yêu thích, phải hỗ trợ họ làm việc thiện. Chúng ta vì xã hội phục vụ, vì chúng sinh trong vùng mà phục vụ, chúng ta phải làm những việc như thế. Đó là Phật pháp.

Chư Phật, Bồ Tát vì xã hội phục vụ, vì hết thảy chúng sinh phục vụ. Hình thức phục vụ không có giới hạn, vô lượng vô biên, nội dung phục vụ cũng rất nhiều, rất nhiều hạng mục. Thế nhưng các ngài có một điểm trọng tâm không bao giờ thay đổi, luôn nêu gương cho người trong xã hội noi theo, đó là giúp đỡ hỗ trợ hết thảy chúng sinh đều được phá mê khai ngộ, hỗ trợ giúp đỡ hết thảy chúng sinh dứt ác tu thiện.

[Hỗ trợ giúp đỡ chúng sinh] phá mê khai ngộ, chuyển phàm thành thánh, đó là [những mục tiêu] vĩnh viễn không thay đổi, nhưng phương thức [để đạt mục tiêu đó] có thể thay đổi. Phù hợp với tiêu chuẩn ấy là Phật pháp, trái nghịch với tiêu chuẩn ấy là thế gian pháp. Phật pháp với thế gian pháp chỉ sai biệt trong một ý niệm.

Vì lợi ích của riêng mình, đòi hỏi người khác phải giúp đỡ, hỗ trợ mình, đó là thế gian pháp. Vì lợi ích của người khác, mong muốn, tìm cách giúp đỡ, hỗ trợ người khác, đó là Phật pháp. Chúng ta phải từ nơi quan niệm này mà chuyển đổi.

Chúng ta cư trú tại vùng này, phải hiểu được trong vùng này đang cần thiết những điều gì, chúng ta hết lòng hết sức giúp đỡ hỗ trợ người trong vùng, sao còn làm việc xấu ác được? Sao còn có ý niệm xấu ác được? Đối với hết thảy con người, hết thảy sự việc, sự vật, quyết định không được trái nghịch với nguyên tắc này. Đó gọi là chúng ta học Phật, gọi là tu hành, gọi là hoằng pháp lợi sinh. Thuật ngữ, danh từ trong nhà Phật có ý nghĩa rất rõ ràng như thế, chỉ đáng tiếc là bị nhiều người nhận hiểu sai lầm.

Bài giảng thứ 135

(Giảng ngày 27 tháng 11 năm 1999 tại Tịnh Tông Học Hội Australia, file thứ 136, số hồ sơ: 19-012-0136)

Thưa quý vị đồng học, cùng tất cả mọi người.

Mời xem *Cảm ứng thiên*, đoạn thứ 69: *“Sính chí tác uy, nhục nhân cầu thắng.”* (Thích ý ra oai. Làm nhục người để giành phần thắng.) Và đoạn tiếp theo: *“Bại nhân miêu giá. Phá nhân hôn nhân.”* (Phá hoại mùa màng của người. Phá hoại chuyện hôn nhân của người.)

Trước hết, chúng ta xem qua hai câu đầu. Trong phần chú giải của sách *Vị biên* nói: *“Người quân tử chính trực, nghiêm khắc với chính mình, đối xử ôn hòa, làm lợi lạc cho người khác, khiến người khác phải tự thấy nể phục mà yêu kính.”* Đến chỗ này là hết một đoạn nhỏ.

Qua đây các bậc hiền thánh xưa dạy ta nguyên tắc làm người, cũng là bổn phận làm người. Nho gia chia những người có học thức, có đức hạnh thành ba tầng bậc là thánh nhân, hiền nhân và quân tử. Danh xưng quân tử có nghĩa là học vấn của quý vị đã thành tựu, cũng giống như hiện nay là những người đi học đã có được học vị. Quân tử là học vị đầu tiên, giống như chúng ta hiện nay là tốt nghiệp đại học, thời xưa gọi [người có học vấn như vậy] là quân tử.

Tiêu chuẩn làm người của bậc quân tử là chính trực, ngay thẳng, tâm chính trực, hành vi chính trực. Những tiêu chuẩn này, trong Phật pháp thường gọi là *“như lý như pháp”* (đúng theo lý lẽ, chánh pháp), phù hợp với lý luận, phù hợp với đạo lý, phù hợp với giáo pháp, phù hợp với tình người. Đối với tình cảm, lý luận, giáo pháp đều đạt mức hết sức viên dung hòa hợp. Đó là đối với tự thân mình thì nghiêm khắc theo khuôn phép, đối với người khác thì *"hòa huệ"* (ôn hòa, làm lợi lạc). *Hòa* là hòa bình, [không xung khắc], *huệ* là ân huệ, [làm lợi lạc, làm ơn với người khác]. Sống chung với người khác nhất định phải hòa hợp vui vẻ, nhất định phải bình đẳng, nhất định phải sẵn lòng giúp đỡ hỗ trợ người khác. Làm ơn với người tức là giúp đỡ hỗ trợ cho người, thường thành tựu cho người. Đó là đức hạnh của người quân tử.

Nho gia yêu cầu như vậy, Phật giáo cũng yêu cầu như vậy, nhưng trong Phật pháp giảng giải chi tiết, tường tận hơn, cụ thể thành *"tam phúc"* (ba điều phúc lành), *"lục hòa"* (sáu pháp hòa kính), *"tam học"* (ba môn học), *"lục độ"* (sáu pháp ba-la-mật). Những pháp tu như vậy trong nhà Phật cũng đều không ra ngoài bốn chữ *"chính trực hòa huệ"*.

Quý vị đồng tu học Phật chúng ta đặc biệt phải chú ý, nếu như làm người mà không tốt thì sao có thể thành Phật? Hai câu này của đức Thái Thượng, ý nghĩa trong thực tế là khuyên chúng ta khi ứng xử, đối đãi với người khác phải biết khiêm tốn hạ mình, phải biết cung kính tôn trọng người khác.

Ví như khi có chuyện tranh chấp nhau, chúng ta nắm phần hợp lý, nhưng dùng lý ấy mà thuyết phục người khác thì e rằng chỉ khơi lên sự oán hận của người, huống chi nếu lý lẽ của chúng ta không thật trọn vẹn đầy đủ thì đó là tạo thành tội nghiệp.

Lại nói về *"cậy thế khinh người"*, chữ *"thế"* này có phạm vi rất rộng. Hiện tại đa số người đều tự cho mình là đúng, cho nên mới *"thích ý ra oai [với người khác]"*, tự cho mình có quyền uy thưởng phạt người khác.

"Làm nhục người khác để giành phần thắng", điều này càng không thể được. Vì sao cố tình ức hiếp, hạ nhục người khác? Đó là vì muốn tự nâng cao vai vế của mình. Tôi cũng

từng nói qua việc này. Có một số người, khi gặp người có vai vế, địa vị tương đương với mình, hoặc có địa vị cao hơn so với mình, họ liền ở trước chỗ đông người cố ý phê bình, làm nhục người ấy. Mục đích của họ là gì? Là muốn cho người khác thấy rằng bản thân họ so với người kia cũng không kém.

Cách làm như vậy trong thực tế chỉ là dối mình dối người. Người thực sự có đức hạnh, có học vấn, có sự tu dưỡng, khi nhìn thấy, nghe thấy liền rõ biết ngay, con đường tương lai của quý vị như thế nào họ liền thấy biết hết sức rõ ràng, sáng tỏ. Nói thật ra, cách làm như vậy chính là tự làm nhục bản thân mình. Người khác có tổn hại gì không? Hoàn toàn không có.

Trong phần chú giải nói: *"Nếu trong hành động ưa thích ra oai, độc tài, ức hiếp, thì dù có khuất phục cũng không khiến người khác ghi nhớ đức độ của mình, làm sao có thể hơn người được?"* Hành vi như thế, cho dù người khác có biểu hiện bên ngoài đối với uy đức của quý vị dường như nể phục, nhưng thật ra trong lòng họ không hề chịu phục. Như thế quý vị làm sao có thể lãnh đạo người khác? Quý vị làm sao có thể dẫn dắt mọi người?

Một vị lãnh tụ thành công nhất định phải là người hết sức khiêm nhường, biết nhẫn nhục, biết dùng lễ đối xử với người khác. Chỗ này [trong chú giải] nói rất hay: Dùng sự chính trực đối với bản thân mình, dùng sự ôn hòa, làm lợi ích đối với người khác. Người như vậy bất luận là trong pháp thế gian hay trong Phật pháp đều quyết định sẽ thành tựu.

Nhà Nho nói *"tâm chân chánh, ý chân thành"*, vâng theo những lời răn dạy của thánh hiền. Những lời dạy cơ bản của các bậc thánh hiền đối với hết thảy chúng sinh hầu như đều tương thông lẫn nhau. Nho gia dạy người giữ lễ, nói về 5 tiêu chuẩn *"nhân, nghĩa, lễ, trí, tín"*, đó là nền tảng làm người, căn bản làm người. Có thể tuân theo như vậy, đó là chính trực đối với bản thân mình. Nhà Phật nói *năm giới*, trong Kinh Thánh Tân ước và Cựu ước của đạo Thiên chúa, đạo Cơ đốc nói về *mười điều răn*. Trong mười điều răn, ba điều trước tiên là kính phụng Thượng đế, chúng ta đọc qua, đem so với trong Phật pháp thì đó là *"không hoài nghi, không xen tạp, không gián đoạn"*, ý nghĩa là như vậy. Nhưng họ chỉ là đối với Thượng đế như vậy, đối với Thượng đế không hoài nghi, lòng kính ngưỡng Thượng đế không xen tạp, không gián đoạn. Điều răn thứ tư là hiếu thuận với cha mẹ. Các điều còn lại giống như trong nhà Phật dạy năm giới.

Nhưng năm giới trong nhà Phật chúng ta dạy *"không giết hại"*, họ nói là *"không giết người"*. Như vậy không hoàn toàn giống nhau. Phạm vi [điều giới] của chúng ta rộng hơn, phạm vi điều răn của họ hạn hẹp, chỉ nói không giết người. Các điều giới khác như *"không tà dâm, không trộm cướp, không uống rượu"* cũng đều có. Tuy nhiên, đối với rượu thì họ cho phép uống, chỉ cấm uống say. [Theo họ,] quý vị có thể uống rượu nhưng không được uống đến say sưa.

Cho nên, chúng ta thấy rằng các bậc thánh hiền thế gian cũng như xuất thế gian, khi giáo hóa chúng sinh thì về nguyên tắc chung, cương lĩnh chung đều tương đồng, nếu trái nghịch là đại ác.

Đối với người khác ôn hòa, làm lợi ích, đức Phật vì chúng ta chế định việc đối đãi với hết thảy chúng sinh phải vận dụng sáu pháp hòa kính, sáu pháp ba-la-mật. Nhà Phật giảng những điều này hết sức cụ thể. Đặc biệt là lấy sáu pháp hòa kính làm nền tảng. Chúng ta ngày nay vì sao không làm không? Nguyên nhân không làm được chính là vì không thực hiện được ngay từ điều thứ nhất *"kiến hòa đồng giải"* (chia sẻ tri thức, kiến giải để cùng thấu hiểu). Không làm được điều này thì tất cả những điều sau đó đều không làm được.

Vì sao chư Phật, Bồ Tát thực hiện [những điều này] hoàn

thiện đến thế? Vì các ngài đã làm được điều thứ nhất. Điều thứ nhất rất khó làm, đó là nói kiến giải của quý vị, cách nghĩ, cách nhìn của quý vị đều tương đồng. Là tương đồng với ai? Chính là tương đồng với chư Phật, Bồ Tát. Chư Phật, Bồ Tát đối với cách nghĩ, cách nhìn của chúng sinh trong vũ trụ là cùng một thể. Người đời hiện nay gọi là cùng một sinh mạng, tánh thể chung. Cho nên, hết thảy chúng sinh trong các pháp giới cùng khắp hư không là pháp thân thanh tịnh của chính mình.

Chúng ta không có quan niệm như vậy. Mỗi người đều có cách nghĩ của riêng mình, có cách nhìn của riêng mình, hết thảy đều không thể tương đồng như nhau. Người chân chính giác ngộ thì chỗ thấy biết mới có thể nhận hiểu tương đồng.

Thế nhưng, Phật pháp dạy cho người mới học, nếu muốn họ tiếp nhận sự giáo dục đó thật tốt thì phải dạy vào thời điểm nào? Chính là thời điểm còn thơ ấu. Khi đã thành niên rồi, không cách gì dạy dỗ được. Người xưa hiểu rất rõ ý nghĩa này, dạy người phải dạy từ thuở ấu thơ, từ lúc mới vừa đâm chồi bắt rễ. Trẻ thơ vào lúc ấy thiên chân sáng tỏ, có thể lắng nghe, quý vị có thể uốn nắn, dẫn dắt theo khuôn mẫu rất dễ dàng. Người đã lớn lên rồi, mỗi người đều có cách nghĩ riêng, cách nhìn nhận riêng, họ không thể tiếp nhận ý kiến của người khác nên không còn cách gì dạy dỗ được nữa.

Trước đây khi tôi theo học với thầy [Lý Bỉnh Nam], thầy thường nói việc dạy dỗ thực sự phải là trong độ tuổi còn non trẻ, khoảng trước năm 20 tuổi, đó là sự giáo dục đúng chuẩn mực, khuôn thước. Từ 20 đến 40 tuổi là giáo dục chỉ để bổ sung, rèn luyện. Từ sau 40 tuổi rồi thì không dạy được nữa, con người ấy đã được định hình, dù việc gì cũng phải thuận theo họ. Ví như họ có ý niệm xấu ác, hành vi xấu ác, cũng chỉ có thể thuận theo đó, không thể [miễn cưỡng chống lại vì sẽ] cùng họ kết thành oán thù.

Trước năm 40 tuổi vẫn còn có thể khuyên bảo dẫn dắt, sau 40 tuổi rồi thì không thể được, [việc khuyên dạy họ] chỉ là kết thành thù oán. [Vào tuổi ấy mà] có thể tiếp nhận sự khuyến cáo của người khác, đó là người có căn lành hết sức sâu dày. Nếu không có căn lành sâu dày, sau 40 tuổi rồi sao có thể chịu nghe lời khuyến cáo của quý vị? Không thể nào tiếp nhận được nữa. Cho nên, ý nghĩa này chúng ta phải hiểu rõ.

Quý vị làm việc xấu ác, làm việc sai lầm, cũng không dám giảng nói với quý vị, chỉ để tùy ý quý vị làm. Ngay ở chỗ này là tự thân chúng ta tu tập pháp nhẫn nhục ba-la-mật.

Người xưa nói ra đều là xuất phát từ kinh nghiệm. Cho nên, chúng ta đối với người khác thương yêu bảo bọc thì đặc biệt vào lúc còn tuổi trẻ phải khéo léo nỗ lực dạy dỗ. Đó là thực sự thương yêu bảo bọc, thực sự từ bi.

Thế nhưng xã hội ngày nay cực kỳ khốn khổ khó khăn, sáu căn của con người tiếp xúc với sáu trần cảnh thảy đều là bất thiện. Cho nên, việc dạy dỗ cho một người học tốt thật còn khó hơn lên trời. Sự giáo dục trong gia đình quý vị dù tốt đẹp, nhưng trẻ con một khi ra khỏi gia đình tiếp xúc với xã hội thì xã hội lại là hang ổ ô nhiễm lớn. Quý vị nói xem, nếu không bị ô nhiễm thì người đó hẳn là Phật, Bồ Tát thị hiện, nhất định không phải phàm phu. Kẻ phàm phu không chịu ô nhiễm bởi xã hội này là điều không thể được, vì giáo dục xã hội băng hoại. Huống chi, giáo dục trong gia đình ngày nay cũng không còn.

Cho nên, từ xưa đến nay, những lời tiên tri của Đông phương và Tây phương đều nói rằng thời đại của chúng ta phải gặp kiếp nạn. Tôi tin vào điều đó, hoàn toàn khẳng định điều đó. Nhưng không phải tôi tin vào những lời tiên tri, mà là tôi nhìn vào tình trạng giáo dục trong xã hội hiện nay. Quý vị cứ nhìn xem, những người trẻ tuổi hiện nay họ nghĩ tưởng những điều gì? Họ nói ra những điều gì? Họ biểu hiện những gì? Xem đó thì chúng ta thấy được rất rõ ràng, rất sáng tỏ. Đó là những điềm báo hết sức không tốt lành.

Người đời hiện nay không nhìn ra được [thực trạng xã hội], vì không đọc sách xưa. Vì sao nói rằng người đọc sách xưa có thể nhìn ra được [thực trạng xã hội]? Vì đọc sách xưa là hấp thu được kinh nghiệm người xưa, kinh nghiệm cả một đời của người xưa. Nói cách khác, [đọc sách xưa giúp] tăng trưởng kiến thức của chúng ta. Nhờ đó quý vị nhìn đâu cũng thấy được xa, thấy được sâu sắc, thấy được rộng khắp.

Người Trung quốc nói về sự thật lịch sử, đọc lịch sử là hấp thu những kinh nghiệm thường thức của người xưa. Học kinh điển giúp tăng trưởng học vấn, đó là trí tuệ, là định tuệ. Đọc lịch sử là tăng trưởng kiến thức. Kiến thức ấy dựa vào những gì? Là dựa vào lẽ nhân quả. Cho nên, hai mươi lăm bộ chính sử của Trung quốc là nói về nhân quả báo ứng. Quý vị xem lại ghi chép trong mấy ngàn năm qua, gieo nhân lành được quả lành, làm việc ác chịu quả báo ác.

Sau khi thực sự thông đạt, thấu hiểu rõ ràng nguyên lý ấy rồi, quý vị nhìn xem người đời hiện nay tạo những nghiệp gì? Họ nghĩ tưởng những điều gì? Đó là ý nghiệp. Họ nói ra những điều gì? Đó là khẩu nghiệp. Hết thảy mọi hành vi, đó là thân nghiệp. Cả ba nghiệp *thân, khẩu (ngữ), ý* đều là bất thiện, nếu bảo rằng sẽ được quả báo tốt lành thì trong kinh gọi đó là *"vô hữu thị xứ"* (không thể có chuyện như vậy). Việc này hoàn toàn không có chút gì là mê tín.

Những lời tiên tri trong nước cũng như ngoài nước chỉ là để chúng ta tham khảo, khơi dậy sự cảnh giác cao độ của chúng ta. Chúng ta tỉnh táo nhìn thật kỹ các hiện tượng xã hội thì có thể biết được, tai nạn lớn lao xảy đến là không thể tránh khỏi.

Bằng cách nào tránh khỏi được? Trừ phi hết thảy chúng sinh đều có thể giác ngộ, đều có thể quay đầu, dứt ác tu thiện, thì tai nạn ấy tự nhiên được hóa giải. Nhưng việc ấy là không có khả năng, là không thực hiện nổi. Cho nên, chư Phật, Bồ Tát dạy chúng ta phải tự cứu lấy mình. Chúng ta không cứu giúp được người khác thì phải tự cứu lấy chính mình. Một người quay đầu hướng thiện thì một người được cứu độ. Mười người quay đầu hướng thiện thì mười người được cứu độ.

Phật độ người có duyên, ai chịu nghe theo lời răn dạy của Phật, ai chịu cung kính vâng làm theo lời Phật dạy thì người ấy được cứu độ. Cho nên, chúng ta không thấy được sự hỗn loạn của xã hội, xã hội này ắt phải gặp đại kiếp nạn, chúng ta thật hết sức không may khi gặp phải cộng nghiệp này.

Thế nhưng nếu quý vị nhìn từ một góc độ khác thì việc chúng ta được sinh ra trong thế gian hiện nay cũng chưa hẳn không phải là chuyện tốt. [Hoàn cảnh hiện nay] buộc chúng ta phải khởi tâm cảnh giác cao độ, bức bách chúng ta không thể không nỗ lực dụng công, không thể không thành tựu. Đó là những tăng thượng duyên rất tốt, là nghịch tăng thượng duyên. Nếu không phải sống trong hoàn cảnh này, chúng ta không thể có sự cảnh giác cao đến như vậy. Sinh ra trong hoàn cảnh này mới biết, không thể không [tu tập] thành tựu, không thể không nhanh chóng thành tựu. Chậm trễ ắt phải bị cuốn vào xoáy nước, nên phải gấp rút nhanh chóng thoát ra, phải gấp rút nhanh chóng lìa khỏi. Đó là sự chọn lựa của trí tuệ, đó là lợi ích chân thật. Có như vậy chúng ta mới thể hội được ân đức của chư Phật, Bồ Tát đối với hết thảy chúng sinh. Không có sự răn dạy của chư Phật, Bồ Tát, nói thật ra chúng ta không có khả năng thoát khỏi khổ nạn này.

Chúng ta có được những lời răn dạy của chư Phật, Bồ Tát, những lời răn dạy này là bình đẳng, bất cứ ai sẵn lòng tiếp nhận đều sẽ đạt được. Những ai không sẵn lòng tiếp nhận, do sự chần chừ, lưỡng lự, hoài nghi không quyết định, đều sẽ không đạt được. Cho nên tâm Phật là bình đẳng, tâm Phật là thanh tịnh, chỉ là bản thân ta có đủ căn lành phước đức hay không mà thôi.

Ngày nay chúng ta đã có đầy đủ nhân duyên, gặp được nhân duyên, nên tự xét mình xem có đủ căn lành phước đức hay không. Tự mình có căn lành, có thể tin, có thể hiểu, tự mình có phước đức, chịu làm. Chịu vâng theo lời dạy mà làm, đó là có phước, sẽ biết được tự mình nên tu học như thế nào, nên giúp đỡ hỗ trợ người khác như thế nào.

Cho nên, bất kể là khi sống chung với ai, khi sống chung với hết thảy chúng sinh, quyết định không được trái nghịch với sáu pháp hòa kính, sáu pháp ba-la-mật. Sáu pháp hòa kính, sáu pháp ba-la-mật chính là [ở trong chú giải này] nói *"hòa huệ đãi nhân"* (đối xử ôn hòa, làm lợi lạc cho người khác). Nhìn từ góc độ của nhà Phật thì "hòa" đây là *lục hòa* (sáu pháp hòa kính), huệ đây là *lục độ* (sáu pháp ba-la-mật). Dù ở đâu cũng phải học đức khiêm nhường nhẫn nhịn, không được tranh giành với người khác.

Xã hội hiện nay đề xướng việc gì cũng *"cạnh tranh"*. Hai chữ *"cạnh tranh"* này thật rất đáng sợ, tôi chỉ vừa nghe đến, vừa nhìn thấy hai chữ này thì đã cảm thấy kinh sợ. Đôi bên cạnh tranh lẫn nhau, không nhường nhịn nhau, thế giới này ắt phải nhanh chóng bị hủy diệt. Cho nên, hai chữ này không thể tìm thấy trong các thư tịch xưa của Trung quốc.

Bài giảng thứ 136

(Giảng ngày 29 tháng 11 năm 1999 tại Tịnh Tông Học Hội Singapore, file thứ 137, số hồ sơ: 19-012-0137)

Thưa quý vị đồng học, cùng tất cả mọi người.

Trong *Cảm ứng thiên*, từ đoạn thứ 69: *"Sính chí tác uy, nhục nhân cầu thắng."* (Thích ý ra oai. Làm nhục người để giành phần thắng.) cho đến đoạn thứ 75: *"Thừa uy bức hiếp. Túng bạo sát thương."* (Dựa oai bức hiếp, tùy tiện hung bạo giết hại người.) là một đoạn lớn nói về những chuyện xấu ác cứng rắn, hung bạo.

Trong phần đầu tiên tôi đã từng nói qua với quý vị, đoạn mở đầu trong phần chú giải nêu lên với chúng ta bốn chữ *"chính trực hòa huệ"* (chính trực, ôn hòa, làm lợi ích cho người khác). Bốn chữ này đích thực là căn bản của chúng ta trong việc làm người, gầy dựng sự nghiệp và ứng xử ở đời.

Nho gia và đạo Phật đều nói về phát tâm Bồ-đề. Trong Quán kinh, đức Thế Tôn giảng rằng tâm Bồ-đề là *"tâm chí thành, tâm sâu vững, tâm phát nguyện, hồi hướng"*. Trong luận [Đại thừa] Khởi tín thì nói là *"tâm ngay thẳng, tâm sâu vững, tâm đại bi"*. Chúng ta hợp cả kinh luận mà xem xét thì trong thực tế chính là như Nho gia nói *"thành ý, chính tâm"* (ý chân thành, tâm chân chánh).

"Chính trực, nghiêm khắc với chính mình", đó là tâm chân chánh, tâm chân chánh là tâm ngay thẳng. *"Đối xử ôn hòa, làm lợi lạc cho người khác"*, đó là tâm đại bi, là tâm phát nguyện, hồi hướng. Cho nên, chúng ta tụng đọc thật kỹ, thể hội được rằng các bậc đại thánh đại hiền trong thế gian cũng như xuất thế gian, tuy nói ra bằng những ngôn từ khác biệt nhau nhưng ý nghĩa hoàn toàn giống nhau.

Vì thế, pháp thế gian với Phật pháp rất dễ dàng tương thông, mà giữa pháp gian với nhau cũng không có chướng ngại, như trong kinh Hoa Nghiêm nói *"lý sự vô ngại, sự sự vô ngại"*.

Chân lý đích thực chỉ có một, trong Phật pháp tôn xưng đó là Phật, là tâm tánh. Trong các tôn giáo khác gọi là thần, gọi là chúa. Chân lý như thế khởi lên tác dụng rộng lớn không bờ mé, cho nên mới có thể rộng độ hết thảy chúng sinh. *Độ* là ý nghĩa trợ giúp, là ý nghĩa dạy dỗ dẫn dắt, là ý nghĩa giúp đỡ, là ý nghĩa phục vụ. Chúng ta nhìn từ chỗ này, tu học từ chỗ này, chính là như các bậc tổ sư đại đức trong Đại thừa Giáo tông thường khuyên bảo khuyến khích người tu hành phải bắt đầu từ căn bản.

Chúng ta hiện nay hiểu rõ, căn bản là gì? Căn bản là một khái niệm, khái niệm này các triết gia gọi là vũ trụ quan, nhân sinh quan. Cách nhìn của chúng ta đối với nhân sinh, đối với vũ trụ, nếu tương ưng phù hợp với sự thật, trong Phật pháp có lúc gọi đó là tương ưng với đức của tự tánh, thì đó là chánh pháp. Nếu trái nghịch với đức của tự tánh thì đó là tà pháp.

Tuy nhiên phải biết rằng, tà pháp với chánh pháp đều không lìa ngoài tự tánh. Cho nên nói tà, chánh chẳng phải hai. Điều này trong các tôn giáo khác không hề có. Đây thực sự là một tầng bậc [nhận thức] cao. Tà với chánh trong tâm tính mà nói là không hai, theo hiện tướng mà nói cũng là không hai. Do ý niệm có sai biệt nên cảm thụ liền có sai biệt.

Thế nhưng sự sai biệt này chỉ có nơi phàm phu, chỉ có nơi người mê hoặc, còn ở người giác ngộ không hề có. Ý nghĩa này chúng ta phải hiểu rõ. Hiểu rõ ý nghĩa này, y theo ý nghĩa này thì chúng ta mới có sự nhận biết chân chánh, tư tưởng của quý vị mới thuần chánh, sự thấy biết nhận hiểu mới chính xác, hành vi của quý vị hoàn toàn tự nhiên không còn khác biệt gì so với chư Phật, Bồ Tát.

154

Chúng ta tổng kết lại cương lĩnh mà chư Phật, Bồ Tát dạy dỗ dẫn dắt chúng ta, cương lĩnh then chốt trọng yếu nhất là *"nhìn thấu, buông bỏ, tùy duyên, niệm Phật"*. Hoàn toàn tự nhiên tương ưng [với những điều ấy], sao có thể còn có ý niệm xấu ác? Sao còn có hành vi xấu ác?

Thích dùng sức mạnh, háo thắng, độc đoán chuyên quyền, thưởng phạt tùy ý, đều là vì tự thấy mình ở trên người khác, đều là vì cho rằng người khác không bằng mình. Ý niệm đó là sai lầm, biểu hiện ra trong đời sống hằng ngày thành những hành vi cũng sai lầm.

Trong đoạn này nói về những điều xấu ác cứng rắn hung bạo. Hai câu [đầu tiên] này là nói tổng quát. Phần bên dưới nêu ra nhiều trường hợp điển hình. Chúng ta từ những trường hợp điển hình này suy diễn rộng ra, có thể hiểu được trong đời sống hằng ngày bản thân ta có mắc phải những sai lầm này hay không.

"Bại nhân miêu giá." (Phá hoại mùa màng của người.) Điều này chúng ta không làm, đây là nói phá hoại đồng áng, ruộng lúa của nông dân. Thế nhưng từ chỗ này suy rộng ra, nói chung những việc phá hoại các phương diện trong đời sống của người khác, các phương diện vật chất thọ dụng của người khác, thảy đều thuộc về ý nghĩa này. Cho nên, quý vị phải hiểu được ý nghĩa suy rộng này.

Đời sống trong chốn đô thị có rất nhiều phương thức làm việc, từ kẻ làm việc trong các bộ ngành cơ quan chính phủ cho đến người gánh củi, gánh nước, sống nhờ vào đó. Ngoài ra còn có những kẻ buôn bán, những người làm công, mỗi người đều có phương thức mưu sinh của riêng họ. Nếu quý vị gây chướng ngại họ, phá hoại [chuyện làm ăn của] họ, khiến họ mất đi chén cơm manh áo, mất đi công việc, hoặc khiến cho họ bị hạ thấp trong công việc, hết thảy đều là thuộc về tội lỗi này.

Câu thứ hai là *"Phá nhân hôn nhân."* (Phá hoại chuyện hôn nhân của người.) Trong câu này bao hàm cả việc phá hoại sự ấm êm hòa thuận trong gia đình người khác. Chư Phật, Bồ Tát nhất định là thúc đẩy thành tựu các gia đình, giúp họ thương yêu thân thiết với nhau, hỗ trợ hợp tác với nhau. Đó là thành tựu điều tốt đẹp cho người mà không giúp vào những điều xấu ác. Bất kể là trong tôn giáo nào, đối với gia đình cũng đều hết sức xem trọng.

Phật pháp dạy chúng ta phần cơ bản của sự tu hành là *"hiếu thảo cha mẹ, tôn trọng thầy"*, dường như các bậc thánh hiền trong tất cả các tôn giáo cũng đều dạy người như vậy, không có ngoại lệ, hết thảy đều khởi đầu từ sự hiếu kính. Nhà Phật nói *"hiếu thảo cha mẹ, tôn trọng thầy"*, đó là đem việc hiếu thảo với cha mẹ đặt lên hàng đầu, tôn trọng thầy xếp ở hàng thứ hai. Các tôn giáo khác đều xếp việc tôn kính thần minh lên hàng đầu, hiếu thảo cha mẹ ở hàng thứ hai, nhưng không tôn giáo nào không xem trọng. Đây là chỗ khác biệt giữa Phật giáo với các tôn giáo khác.

Phật pháp là đạo kính thầy, sự tôn kính thầy nhất định phải xây dựng trên nền tảng đạo hiếu. Không có sự hiếu kính cha mẹ thì không thể có sự tôn kính các bậc sư trưởng. Điều này là phù hợp theo lý luận, người Trung quốc nói là hợp với lẽ trời, tình người.

Nhưng mỗi tôn giáo khác đều tôn kính thờ phụng một vị thần, họ khẳng định vị thần đó là chúa tể tạo ra muôn vật, là chúa tể của tất cả. Cho nên họ xếp việc thờ kính thần lên trước nhất, mọi thứ đều kính ngưỡng dựa vào vị thần của họ. Trong Phật pháp gọi đây là pháp môn dựa vào tha lực. Việc tu hành chứng quả trong Phật pháp là dựa vào tự lực, không dựa vào tha lực. Chỉ riêng Tịnh độ tông và Mật tông được gọi là pháp môn nhị lực, [có cả tự lực và tha lực]. Tuy là nhị lực, tức là dựa vào bản thân và cũng dựa vào tha lực, nhưng trong nhị lực đó vẫn xem tự lực là trước hết. Điều này so với quan niệm của các tôn giáo khác không tương đồng.

Tự thân quý vị nhất định phải thực sự nỗ lực, tu hành như lý như pháp, như vậy mới có được sự gia trì từ oai thần của chư Phật, Bồ Tát. Quý vị tự mình không nỗ lực công phu, nếu muốn có được sự gia trì từ oai thần của chư Phật, Bồ Tát là điều không thể được. Điều này chúng ta hiện nay suy ngẫm kỹ thấy thật hợp tình hợp lý. Tự thân chúng ta có được một phần công phu, chư Phật gia trì cho ta một phần. Ta có hai phần công phu, chư Phật gia trì cho ta hai phần. Ta có được mười phần công phu thì chư Phật gia trì mười phần. Như vậy là hợp tình hợp lý, hợp chánh pháp, không phải hoàn toàn trông mong dựa dẫm vào thần linh.

Ân huệ lớn nhất của chư Phật, Bồ Tát đối với chúng ta chính là sự răn dạy, dẫn dắt chúng ta. Chẳng hạn như người đời muốn cầu giàu có, Phật dạy chúng ta phương cách để được giàu có. Đó chính là quý vị muốn được giàu có, đức Phật liền vì quý vị giảng giải ý nghĩa thế nào thì đạt được, cùng với ý nghĩa thế nào thì không đạt được. Hết thảy đều giảng rõ cho quý vị nghe. Quý vị thông đạt, hiểu rõ được những ý nghĩa đó rồi, trong cuộc sống hằng ngày liền chịu nỗ lực học tập, tu phúc, được quả báo hiện tiền. Đó gọi là "trồng dưa được dưa, trồng đậu hái đậu". Quý vị muốn được thu hoạch dồi dào, Phật dạy quý vị cách gieo trồng như thế nào để được thu hoạch dồi dào. Đức Phật dạy dỗ chúng ta như vậy.

Lời dạy trong các tôn giáo khác đều hoàn toàn dựa vào sự ban cho của thần linh, đó là họ hiểu sai ý nghĩa của thần. Thật ra, sự ban cho từ thần linh của họ, ý nghĩa thực sự so với Phật pháp không có khác biệt. Nhưng vì hiểu sai ý nghĩa nên họ cho rằng tự thân mình có thể không cần phải nỗ lực, chỉ hoàn toàn dựa vào sự ban cho của thần linh. Mọi thứ đều trông mong dựa dẫm vào thần linh, cuộc sống sẽ như thế nào? Sẽ giống như dựa vào sự cứu tế để sống qua ngày, đời sống của ta mỗi ngày đều phải dựa vào sự cứu tế của người khác. Đức Phật dạy dỗ, dắt dẫn chúng ta là dạy ta làm thế nào để tự mình sinh sống được.

Ý nghĩa [truyền dạy] của các bậc hiền thánh xưa không sai lệch, chỉ sợ bản thân ta hiểu sai đi những ý nghĩa ấy. Chúng ta thấy rất nhiều tín đồ các tôn giáo đều hiểu sai ý tứ của thần linh. Quay nhìn lại chính mình, trong cửa Phật cũng có rất nhiều Phật tử hiểu sai ý tứ của chư Phật, Bồ Tát. Nguyên nhân việc này nằm ở đâu? Trong kinh luận Đại thừa đều nói: *"Phật pháp vô nhân thuyết, tuy trí mạc năng giải."* (Phật pháp không có người giảng giải, dù có trí tuệ cũng không hiểu được.) Vấn đề xuất phát từ chỗ không có người dạy bảo, dắt dẫn. Chúng ta đọc kinh bằng tri kiến của phàm phu, bằng cách suy nghĩ của riêng mình, thường là hiểu sai đi ý nghĩa trong kinh điển, lý giải sai lệch. Cho nên đức Phật mới nói: *"Phật pháp không có người giảng giải, dù có trí tuệ cũng không hiểu được."* Ý nghĩa là ở chỗ này.

Những giáo huấn về đời sống hằng ngày, đặc biệt là phương diện chi tiết nhỏ nhặt trong đời sống, quả thật là có một số tôn giáo giảng giải rất hay, chỉ dẫn hết sức tường tận, chẳng hạn như trong Hồi giáo. Trong Phật giáo cũng có, nhưng trong Phật giáo đức Thế Tôn phần nhiều là chỉ dạy [những điều này] cho người xuất gia. Trong giới luật, oai nghi của người xuất gia cũng giảng giải rất tường tận, chi tiết. Nhưng đối với phần giới luật này, hiện nay mọi người đều xao nhãng, bỏ qua, không có ai học tập. Không cần nói đến những giới luật quá phức tạp, chỉ đơn giản nhất là phần *"Sa-di luật nghi"*, mười điều giới luật, hai mươi bốn oai nghi, ngày nay cũng đã không nhiều người xem đến, không có ai học tập.

Cho nên, Phật giáo ngày nay về phương diện thực hành mà nói thật không bằng các tôn giáo khác. Chúng ta so ra không bằng Thiên chúa giáo, không bằng Hồi giáo, những tiểu tiết tinh tế trong đời sống của họ vẫn giữ được như xưa, vẫn vâng làm [theo kinh điển] như xưa. Kinh điển của chúng ta thì ngược lại hóa thành những lời bàn luận ý nghĩa trong kinh luận, không hề thiết thực với thực tế.

Cảm ứng thiên là kinh điển thực hành, cũng là trong đời sống thường ngày của chúng ta, trong đó phần nhiều nói về những nguyên lý, nguyên tắc [chung], không giống như những quy tắc, khuôn mẫu đời sống trong *"Sa-di luật nghi"*, trong Hồi giáo, trong Thiên chúa giáo, giảng nói hết sức tường tận, chi tiết. Nhưng nếu ta nắm chắc được những nguyên lý, nguyên tắc [chung] thì khi đọc qua những quy tắc, khuôn mẫu đời sống liền thấy hết sức vui mừng thích thú. Quý vị sẽ hoàn toàn tự nhiên thấy ưa thích ngưỡng mộ, tự nhiên muốn làm theo. Không phải do người khác ép buộc miễn cưỡng quý vị phải làm, không phải do người khác khuyên bảo quý vị làm, mà chính là tự thân quý vị rất muốn làm theo. Cho nên, ý nghĩa này không thể không hiểu rõ.

Hôm nay thời gian đã hết, chúng ta giảng đến đây thôi.

Bài giảng thứ 137

(Giảng ngày 1 tháng 12 năm 1999 tại Tịnh Tông Học Hội Singapore, file thứ 138, số hồ sơ: 19-012-0138)

Thưa quý vị đồng học, cùng tất cả mọi người.

Mời xem *Cảm ứng thiên,* đoạn thứ 71: *"Cẩu phú nhi kiêu. Cẩu miễn vô sỉ."* (Vừa giàu đã kiêu. Thoát tội không biết xấu hổ.) Tiếp theo bên dưới là hai câu: *"Nhận ân suy quá. Giá họa mại ác."* (Việc tốt về mình, đổ lỗi cho người. Đổ họa cho người, đẩy tội về người.)

Đức Thái Thượng vì chúng ta nêu ra một điển hình, là điều mà hết thảy chúng sinh trong cuộc sống hằng ngày vẫn thường phạm vào mà không hề hay biết. *"Cẩu phú"* là được chút giàu có nhưng chưa phải hàng đại phú. Chỉ mới được chút giàu có thôi mà đã biểu lộ rõ sự kiêu ngạo. *"Miễn"* là may mắn né tránh được [quả báo xấu ác].

Đức Khổng tử nói: *"Trong mọi hành vi phải luôn biết xấu hổ."* Trước đây đã có lần trình bày với quý vị, con người nhất định phải biết xấu hổ. Người không biết xấu hổ thì vĩnh viễn không bao giờ tiến bộ vươn lên. Sách Lễ ký nói: *"Gặp tiền tài không tùy tiện giữ lấy, gặp tai nạn không vội vàng né tránh."* Đó chính là biểu hiện cụ thể của việc *"trong hành vi luôn biết xấu hổ".*

Không chỉ riêng sự giàu có, hết thảy các vấn đề về công danh lợi lộc đều bao quát trong đoạn này. Khi gặp được cơ hội, phải luôn suy xét xem mình có xứng đáng nhận lấy hay không. Đó là biết xấu hổ. Không xứng đáng nhận mà vẫn nhận lấy, thậm chí không từ bất kỳ thủ đoạn nào để tranh giành lấy, đó là kẻ không biết xấu hổ đến mức cùng cực.

Cho nên, các bậc hiền nhân quân tử ngày trước được tiếp xúc với nền giáo dục tốt đẹp lương thiện, ví như có cơ duyên được giàu sang phú quý vô cùng thì các vị vẫn có thể suốt đời sống nghèo vui đạo, đem sự phú quý giàu sang chia sẻ cho mọi người cùng hưởng.

Trong lịch sử Trung quốc, Đại sư Ấn Quang bội phục nhất là Phạm Trọng Yêm. Vị này có điều kiện được giàu sang phú quý lớn nhưng đem sự giàu sang phú quý ấy buông xả, chia sẻ cho bà con dòng tộc, láng giềng lối xóm, cho đến mọi người trong xã hội. Cho nên, Tổ Ấn Quang hết lòng tán thán, chúng ta xem trong Văn Sao thường thấy ngài đề cập đến. Gia cảnh dòng tộc của vị này trải qua 800 năm sau vẫn không suy giảm. Phạm Trọng Yêm là người của 800 năm trước, con cháu ông đến ngày nay gia đình vẫn hưng vượng, con cháu vẫn duy trì gìn giữ được quy củ nề nếp của tổ tiên: *"Gặp tiền tài không tùy tiện giữ lấy, gặp tai nạn không vội vàng né tránh."* Đó là được gia đình giáo dục tốt.

Cho nên, người xưa dạy rằng, đối xử với người khác, với sự vật, sự việc giữ được sự cung kính, tiết kiệm, đó là nguồn gốc sinh ra phước báo. Kiêu căng, tham lận, ngạo mạn, đó là nguồn gốc sinh ra tai họa. Chúng ta trong đời sống thường gieo cấy những mầm mống tai họa như vậy mà không hề hay biết, đến khi nhận chịu quả báo hiện tiền thì không biết tai họa từ đâu đến, lại oán trời trách người, khiến cho tội chồng thêm tội, thật đáng sợ biết bao!

Vì thế, gặp những lúc khó khăn nguy khốn, chúng ta phải cùng với mọi người trong xã hội chia sẻ hoạn nạn, tuyệt đối không cầu riêng mình may mắn thoát khỏi. Nhất định phải giúp đỡ hỗ trợ xã hội, giúp đỡ hỗ trợ chúng sinh đang khổ nạn vượt qua tai nạn. Chúng ta nhìn xem, đó mới thật là chư Phật, Bồ Tát. Đó mới thật là đại từ đại bi. Mỗi một ý niệm đều vì chúng sinh mà suy nghĩ, vì sự an ổn của xã hội mà suy nghĩ, vì lợi ích chúng sinh mà suy nghĩ, không hề suy nghĩ cho riêng mình. Trong xã hội có được nhiều người như vậy thì cũng được thêm phần an ổn.

Cho nên, đối với sự giàu có, chúng ta cũng hy vọng được giàu có, giàu có để có khả năng bố thí, có khả năng giúp đỡ hỗ trợ người khác, nhưng riêng bản thân mình phải tiết kiệm. Bản thân ta có thể tiết kiệm được một phần thì đối với xã hội có thể giúp đỡ hỗ trợ nhiều hơn một phần. Chúng ta tiết kiệm được hai phần thì đối với xã hội có thể giúp đỡ hỗ trợ nhiều hơn hai phần. Thường duy trì được tâm niệm như vậy lâu dài thì công đức vô lượng.

Chúng ta lãng phí thêm một phần thì phúc lợi của chúng sinh phải giảm bớt đi một phần. Chúng ta lãng phí như vậy là tạo tội nghiệp mà không hề hay biết. Ví như bản thân ta xứng đáng được hưởng thụ cũng không nên hưởng thụ như thế. Chúng ta nhìn xem các bậc đại thánh đại hiền trong thế gian cũng như xuất thế gian, quý vị đều biết rằng chư Phật là *"bậc đầy đủ cả phúc và tuệ"*, phúc đức thật trọn vẹn đầy đủ. Phúc đức đầy đủ nhưng các ngài vì chúng ta thị hiện vẫn tiếc phước, vẫn tiết kiệm. Chúng ta chưa từng thấy vị Phật, Bồ Tát nào lại lãng phí.

Trong phần chú giải trích dẫn những quy tắc, khuôn mẫu của người xưa trong việc đối đãi với người, tiếp xúc muôn vật. Chúng ta nên đọc nhiều lần, phải nỗ lực học tập, trong đó toàn là nêu vấn đề nhân duyên quả báo.

Giữ lòng nhân hậu, đối đãi với người khác tốt đẹp tử tế, hết thảy đều được phúc. Chỉ một chút kiêu mạn, khinh thường người khác đều là gieo mầm tai họa. Khi quý vị đang gặp thời được thế, người khác không dám động chạm đến. Khi quý vị thất thế sa cơ, những người ấy liền tìm đến báo thù. Con người là như vậy, nếu đắc tội với quỷ thần cũng là như vậy.

Người học Phật chúng ta đều biết, bản thân mình từ vô lượng kiếp đến nay rất nhiều oan gia trái chủ. Những kẻ ấy luôn ở quanh ta như một áp lực không nhìn thấy được. Khi ta đang gặp vận may, thần khí hưng vượng, họ không dám làm gì. Nhưng họ âm thầm ẩn nấp đó, không hề mất đi, đợi lúc thời vận của ta suy thoái họ liền đến quấy nhiễu. Đặc biệt là những lúc bệnh nặng, những lúc lâm nguy sắp chết, chúng ta đọc thấy trong kinh Địa Tạng rằng những lúc ấy hết thảy oan gia trái chủ đều có mặt, nghiệp lực thiện ác đều hiện ra. Cho nên, phàm phu đâu có lý nào không lưu chuyển theo nghiệp lực. Lưu chuyển theo nghiệp lực thật rất đáng sợ.

Câu tiếp theo bên dưới là: *"Nhận ân suy quá."* (Việc tốt về mình, đổ lỗi cho người.) Câu này cũng có người giảng là *"mạo nhận công lao".* Việc tốt đẹp không phải do mình làm, lại tự mình mạo nhận. Người khác làm việc tốt đẹp thì chiếm làm của mình, tự mình có lỗi lầm sai trái thì đùn đẩy trách nhiệm cho người khác, vu họa cho người. Chuyện này chúng ta cũng rất thường gặp.

Việc tu dưỡng đức hạnh nhất định phải bắt đầu từ thuở còn nhỏ tuổi, khiến người nuôi dưỡng lâu ngày thành tập quán, có thể phân biệt được tà chánh, thị phi. Nền giáo dục thời xưa của Trung quốc, từ thuở ấu thơ đã bắt đầu, cho nên xã hội có thể được an trị lâu dài, dân tộc có thể tồn tại kéo dài qua mấy ngàn năm, không bị tiêu diệt, không bị đào thải, nguyên nhân là ở chỗ này.

Thế nhưng ngày nay dân tộc Trung quốc lại gặp phải một nguy cơ trước đây chưa từng có. Nguy cơ này không phải do bị các cường quốc xem thường, không phải như vậy. Nguy cơ là do chúng ta quên lãng, vất bỏ đi những lời răn dạy của tổ tiên. Đây mới là một nguy cơ đích thực. Nguy cơ này sẽ dẫn đến mất nước, diệt chủng. Mất nước cũng chưa đáng sợ, vì vẫn còn có cơ hội phục hưng, nhưng diệt chủng thật là điều đáng sợ.

Cho nên, trong nền giáo dục của đức Khổng tử, tiêu chí đầu tiên là đức hạnh. Điều này thật có lý. Chúng ta xem lại sự giáo dục của hết thảy các tôn giáo từ xưa đến nay, ở khắp mọi nơi, đều luôn lấy đức hạnh làm đầu. Giáo dục của Nho giáo và Phật giáo đều hết sức trọn vẹn đầy đủ, chúng ta không thể không biết qua. Nhưng đối với nền giáo dục từ xưa đến nay của các bậc thánh hiền, tại Trung quốc cũng như các nước khác trên thế giới này, chúng ta cũng phải chú tâm quan sát kỹ, cũng phải nhận biết hiểu rõ được mọi điều, phải thực sự nỗ lực để biết người biết mình, như vậy thì quý vị đối với nền văn hóa của đất nước mình mới có thể thực sự sinh khởi lòng tin, mới phát khởi tình thương, mới hoan hỷ ưa thích kính vâng làm theo lời dạy, hoan hỷ đem giáo pháp rộng truyền phát triển, làm lợi ích hết thảy chúng sinh.

Nhà Phật thường nói: *"Thề nguyện độ hết vô biên chúng sinh."* Chúng ta đối với điều này xem nhẹ, nguyên nhân chỉ vì sự nhận hiểu quá ít ỏi. Điều này cũng không có gì lạ, vì quý vị chưa từng được học qua, vì không có ai dạy bảo quý vị, không có ai giảng giải cho quý vị, nên những ý niệm tự tư tự lợi mãi mãi không thể buông bỏ. Cũng không có ai dạy cho quý vị cách tu học như thế nào để thành tựu đức hạnh, học vấn của bản thân. Hiện tại muốn tìm kiếm một bậc thiện tri thức để dạy bảo quý vị thì hầu như không thể được.

Trước đây thầy Lý Bỉnh Nam từng bảo tôi, thầy nói rất thẳng thắn rõ ràng, độ tuổi để thực sự có thể nỗ lực học tập phải là từ năm hai mươi tuổi trở về trước. Ở đây chúng ta có thể nêu ra một câu hỏi, hiện nay những thanh niên thuộc độ tuổi hai mươi trở xuống liệu có ai chịu nghe theo những lời dạy bảo của các bậc thiện tri thức? Độ tuổi này tánh khí vừa mới hình thành cứng cỏi, thật không dễ dàng chịu tiếp nhận con đường hiền thiện.

Con người đến độ tuổi bốn mươi thì những điều tập nhiễm

đã thành thói quen lâu ngày, rất khó thay đổi. Ví như gặp được bậc thiện tri thức, chúng ta đều biết là các bậc thiện tri thức từ xưa đến nay ở khắp mọi nơi, các ngài đều hết sức khiêm tốn tự hạ mình. Chúng ta đọc kinh Hoa Nghiêm qua năm mươi ba cuộc tham bái [của Đồng tử Thiện Tài], quý vị thấy bản thân mỗi vị thiện tri thức đều hết sức khiêm hạ, tôn trọng người khác. Các ngài có trí tuệ, có đức hạnh, có sự tu dưỡng, có kiến thức, khi nhận thấy quý vị là người có thể dạy bảo được, liền không nệ khó khăn bận rộn, hết sức giúp đỡ quý vị. Nếu không thể dạy bảo được thì làm như Đại sư Huệ Năng từng nói là: Vẫn chắp tay hoan hỷ.

Mỗi người đều tự tạo nghiệp nhân của riêng mình, tự nhận lấy quả báo của riêng mình. Chư Phật, Bồ Tát có lòng nhẫn nại, luôn đợi đến lúc quý vị đã nhận chịu hết nghiệp báo của mình, quý vị chịu quay đầu hướng thiện, chư Phật liền thị hiện dạy bảo quý vị. Cho nên, thời gian chờ đợi như thế thường có thể trải qua biết bao đại kiếp. Trong một đời này giúp cho quý vị gieo trồng được một hạt nhân lành, giúp quý vị trồng được một chủng tử [tốt lành] trong a-lại-da thức, đó là chư Phật, Bồ Tát đối với chúng sinh không buông bỏ. Chúng ta trong đời này được gặp hình tượng của đức Phật A-di-đà, nghe được danh hiệu Phật A-di-đà, các bậc cổ đức cho ta biết rằng đó là việc lành trong mọi việc lành, không còn gì có thể tốt lành hơn được. Trong một đời này dù không được độ thoát thì nhiều kiếp lâu xa về sau chủng tử tốt lành ấy nhất định cũng sẽ sinh khởi hiện hành, có thể giúp thành tựu sự nghiệp tu tập của chúng ta. Chỉ có điều phải chờ đợi trong bao lâu thì thật khó nói được.

Nếu như trong một đời này muốn được độ thoát thì tất yếu phải có đầy đủ [cả ba yếu tố] tín, nguyện và hành. Thế nhưng chúng ta quan sát thật kỹ, tự quay lại xét mình thật kỹ, ba phương diện tín, nguyện, hành của bản thân ta có đầy đủ hay không? Chúng ta trong cuộc sống thường ngày, mỗi lúc khởi tâm động niệm, nói năng hành động, so với lời Phật dạy có tương ưng hay không? Nếu như mỗi một niệm đều tương ưng [với lời Phật dạy], mỗi một hành vi đều tương ưng [với lời Phật dạy], thì trong một đời này nhất định được độ thoát. Nếu chỉ được đôi lúc tương ưng thì trong một đời này rất khó được độ thoát, nhưng đối với phước báo trong hai cõi trời người thì nhất định là đạt được.

Người thực sự tu hành theo đúng lời Phật dạy, trong kinh Vô Lượng Thọ giảng rất rõ: *"Phát tâm Bồ-đề, một lòng chuyên niệm."* Quý vị không phát tâm Bồ-đề, chỉ làm được theo *"một lòng chuyên niệm"*, quý vị sẽ được người và chư thiên cung kính, được phước báo trong hai cõi trời người, nhưng không thể được vãng sinh. Muốn được vãng sinh, quý vị nên nhớ kỹ, nhất định phải phát tâm Bồ-đề.

Tâm Bồ-đề là thực sự giác ngộ, là giác ngộ triệt để. Một khi đã phát tâm Bồ-đề thì đối với những lỗi lầm sai trái trong *Cảm ứng thiên* nói đến đều sẽ không mắc phải. Cho nên, quyển sách nhỏ [*Cảm ứng thiên*] này đối với chúng ta thật hết sức hữu dụng. Chúng ta thường xuyên tụng đọc, thường xuyên tự kiểm điểm, nếu như vẫn còn phạm vào những lỗi lầm trong sách này thì tự mình phải ngay lập tức cảnh giác, [vì điều đó cho thấy là] chúng ta chưa phát tâm Bồ-đề.

Chúng ta tu Tịnh độ không có tâm Bồ-đề, quý vị thử xem các bậc tổ sư đại đức xưa nay dạy chúng ta thế nào? Không cần phải nói đến các bậc tổ sư đại đức, trong bốn mươi tám đại nguyện cũng đã nói rất rõ ràng. Quý vị được người và chư thiên cung kính nhưng quý vị không được vãng sinh. Nói cách khác, quý vị được phước báo trong hai cõi trời người, nhưng không thể thoát ly ra khỏi sáu đường luân hồi, không ra khỏi mười pháp giới.

Cho nên, chúng ta có thực sự phát tâm Bồ-đề hay không, có thể từ nơi những việc thiện ác trong *Cảm ứng thiên* [mà biết được]. Việc thiện có thể vâng làm theo, việc ác có thể sửa đổi, người như thế nếu niệm Phật cầu sinh về thế giới Tây phương Cực Lạc thì nhất định được sinh vào cõi *Phàm thánh đồng cư.*

Nếu như dứt ác tu thiện, lại có thể lìa hết thảy các tướng, mỗi một ý niệm đều không xa lìa tâm thanh tịnh, người như vậy vãng sinh thế giới Tây phương Cực Lạc thì nhất định sinh vào cõi *Thật báo trang nghiêm.*

Cho nên, trong kinh nói tu hành một ngày ở thế giới Ta-bà so bằng một trăm năm tu hành ở thế giới Cực Lạc. Quý vị nghĩ xem, câu ấy có ý nghĩa gì? Suy xét cho thật kỹ, việc tu hành ở thế giới Ta-bà so ra thù thắng hơn ở thế giới Cực Lạc, nhưng vấn đề là ở chỗ quý vị hiểu được hay không. Nếu quý vị hiểu được thì thật thù thắng hơn so với thế giới Cực Lạc. Nếu không hiểu được thì trái lại không bằng thế giới Cực Lạc.

Nơi thế giới Cực Lạc [việc tu hành] chỉ có tiến bộ, không có thối thất, sự tiến bộ hết sức chậm chạp. Thế giới Ta-bà thì [tu hành] tiến bộ lớn lao, thối thất cũng lớn lao. Người hiểu được thì tiến bộ với mức độ cực kỳ lớn, người không hiểu được thì thối thất cũng với mức độ cực kỳ lớn. Đó là tiến bộ nhanh chóng, thối chuyển cũng nhanh chóng. Thế giới Cực Lạc chỉ có tiến bộ, không có thối chuyển, chỉ có điều là [tiến bộ] rất chậm chạp. Chúng ta hiểu được ý nghĩa này rồi, biết rõ chân tướng sự thật, cần phải nhận hiểu. Phải tận dụng cơ duyên ngắn ngủi [nơi thế giới Ta-bà] này, phải tinh tấn ở mức độ thật lớn lao.

Tốt rồi, hôm nay chúng ta chỉ giảng đến đây thôi.

168

Bài giảng thứ 138

(Giảng ngày 2 tháng 12 năm 1999 tại Tịnh Tông Học Hội Singapore, file thứ 139, số hồ sơ: 19-012-0139)

Thưa quý vị đồng học, cùng tất cả mọi người.

Xin mời mở sách *Cảm ứng thiên*, đoạn thứ 73: *"Cô mãi hư dự. Bao trữ hiểm tâm."* (Mua bán hư danh. Chất chứa lòng hiểm độc.) Hai câu này, theo cách nói hiện nay là "mua quan bán tước, háo danh cầu lợi".

Trong phần chú giải trích dẫn hai câu rất hay của Mạnh tử và Trang tử. Mạnh tử nói: *"Bên trong thật có ắt phải biểu hiện ra bên ngoài."* Trang tử nói: *"Danh là khách của thực."* Đây chính là như người xưa nói: *"Thật chí danh quy."* (Có thực tài liền có danh tiếng.) Đâu cần phải tìm cầu danh tiếng?

Nếu khởi tâm mưu cầu danh tiếng thì tâm ấy vốn đã là bất thiện. Cho nên câu tiếp theo nói: *"Chất chứa lòng hiểm độc"*, đó là tàng trữ, chất chứa trong lòng những tâm niệm bất thiện.

Đối với danh tiếng, bản thân ta có những lúc cảm thấy là điều tốt đẹp, nhưng trong thực tế nếu danh tiếng và thực tài không tương xứng thì quỷ thần đều ghét bỏ, nên cũng có thể nói đó là nguồn gốc sinh ra hết thảy chướng nạn. Vì thế, chỗ mong cầu của người xưa là xây dựng nền đức hạnh, hoàn toàn không mong cầu sự phô bày khuyếch trương danh tiếng.

Chư Phật, Bồ Tát giáo hóa chúng sinh, tự mình cũng không tuyên dương chính mình. Chúng ta đọc thấy trong Kinh điển, trong các thư tịch xưa, các bậc thánh hiền thế gian cũng như xuất thế gian, không một vị nào là không khiêm tốn nhún nhường, tôn kính người khác, đề cao người khác. Chúng ta suy ngẫm ý nghĩa trong việc ấy, nếu thực sự thấu hiểu được, đó cũng là học đạo làm người.

Tâm hiền thiện, hành vi hiền thiện, chúng ta sẽ được quả báo tốt đẹp. Tâm bất thiện, hành vi bất thiện mà muốn được quả báo tốt đẹp, thật không có lý như vậy.

Thế gian vì sao gặp phải những việc xấu ác ô trược như thế này? Vì sao gặp phải tai nạn như thế này? Người học Phật hiểu rằng: *"Hết thảy các pháp sinh từ tâm tưởng."* Mọi thứ tai biến đều là do trong tâm tưởng chúng ta mà hiển lộ ra bên ngoài. Chúng ta chất chứa những tâm bất thiện, tự nhiên phải gặp những quả báo xấu ác.

Chúng ta học theo Phật, chư Phật, Bồ Tát sử dụng tâm gì? Tâm mà chư Phật Bồ Tát sử dụng, trong kinh điển gọi là tâm Bồ-đề. Tâm Bồ-đề là tâm chân thành, là tâm ưa thích hiền thiện, mến chuộng đức hạnh, là tâm thành tựu cho người khác. Đó là thực sự hiền thiện, [đúng như Nho gia] gọi là *"đến mức chí thiện"*. Quả báo của tâm này cũng là quả báo thù thắng nhất. Chúng ta phải hiểu được sáng tỏ, phải giác ngộ, phải thực sự tìm cầu. *"Trong cửa Phật, có cầu có ứng."* Mong rằng chúng ta thể nhập sâu xa được ý nghĩa này.

Danh tiếng và lợi dưỡng đều nên xa lìa, đó đều là những điều không tốt. Người thế gian chạy theo, mưu cầu, đều là mê hoặc, điên đảo. Chúng ta xem qua từ xưa đến nay ở khắp mọi nơi, các bậc thánh hiền thế gian cũng như xuất thế gian, chưa từng có một vị nào chạy theo mưu cầu danh tiếng và lợi dưỡng, chưa từng có vị nào chạy theo mưu cầu sự hưởng thụ năm món dục trong sáu trần cảnh. Cho nên, đạo đức của các ngài mới có thể thành tựu, công đức mới có thể trọn vẹn đầy đủ. Công đức ấy là giúp đỡ hỗ trợ cho xã hội, giúp đỡ hỗ trợ cho hết thảy chúng sinh, dựng xây công nghiệp. Tuy có công đức thù thắng như vậy nhưng các ngài cũng không hề ôm giữ trong lòng, cho nên vĩnh viễn giữ tâm khiêm hạ, vĩnh viễn sống đời kiệm ước, đối đãi với người khác, với sự vật sự việc đều luôn cung kính. Đó là điều chúng ta phải học theo.

Hai câu tiếp theo là: *"Tỏa nhân sở trường. Hộ kỷ sở đoản."* (Ngăn trở ưu điểm của người. Bao che nhược điểm của mình.) Đây cũng là một căn bệnh lớn. Từ đâu mà có căn bệnh này? Là từ sự chướng ngại ganh ghét đố kỵ mà có. Nhìn thấy người khác có ưu điểm vượt hơn mình liền suy nghĩ tìm đủ mọi cách gây chướng ngại. Tự mình có khuyết điểm thì hết lòng hết sức che đậy. Đây thật là một điều xấu ác lớn lao. Có thể lừa dối được người đời nhưng không thể lừa dối chư Phật, Bồ Tát, không thể lừa dối quỷ thần.

Nói tóm lại, đều là do chúng ta tự mình mê hoặc điên đảo, sai lầm trong ý niệm, sai lầm ở điểm tự mưu cầu lợi riêng. Từ chỗ này chúng ta thể hội được sự kiên cố của *ngã chấp*, hết thảy đều vì tự ngã của riêng mình.

Vậy *"ngã"* là gì? Trong Phật pháp giảng giải rất rõ ràng. *"Ngã kiến"* là sự bám chấp, chúng ta gọi là thành kiến, là sự bám chấp rằng có một cái *ngã*, bám chấp rằng thân thể này là *ngã*. Đây chính là cội nguồn của hết thảy mọi sai lầm. Từ đó lại sinh khởi *"ngã ái"*, *"ngã si"*, *"ngã mạn"*. Trong kinh luận của Duy thức tông nói đây là *"bốn phiền não lớn thường theo nhau"*. Bốn thứ này chính là chỗ người đời bám chấp cho là *"ngã"*. Chúng ta suy ngẫm kỹ xem có đúng vậy hay không? Phật dạy, bốn khái niệm này thật ra chính là *"tham, sân, si"*. *Ngã ái* là tham, *ngã si* là si, *ngã mạn* là sân, là sự ngạo mạn, sân hận. Đây là gốc bệnh của chúng ta từ vô lượng kiếp luân hồi sinh tử đến nay. Gốc bệnh này nếu không loại trừ thì dù niệm Phật cũng không thể vãng sinh. Điều này tôi xin đặc biệt nhắc nhở, cảnh tỉnh quý vị đồng học.

Chúng ta trong một đời này hy vọng có thể thực sự vãng sinh thế giới Cực Lạc, được thân cận đức Phật A-di-đà. Điểm này nhất định phải lưu ý. Nếu không buông bỏ tự tư tự lợi thì khởi tâm động niệm vẫn luôn là mưu cầu lợi ích riêng, đối với người khác chướng ngại ganh ghét, khuyết điểm của bản thân mình thì hết sức che giấu. Những hành vi như thế thì làm sao có thể vãng sinh? Cho dù niệm Phật rất tốt, mỗi ngày đến mười muôn câu Phật hiệu cũng không thể vãng sinh.

Cần phải biết rằng, những người sinh về thế giới Tây phương Cực Lạc, hết thảy đều có tâm địa chân thành, thanh tịnh, từ bi. Do đó có thể biết rằng, chúng ta nếu đầy đủ tâm chân thành, thanh tịnh, từ bi, thì niệm Phật nhất định được vãng sinh. Đại nguyện thứ mười tám [của Phật A-di-đà] là *"một niệm, mười niệm"* đều quyết định được vãng sinh. Điều kiện ở đây là phải có tâm chân thành, thanh tịnh, từ bi.

Chân thành, thanh tịnh, từ bi chính là tâm Bồ-đề. Tâm chân thành là thể tánh của tâm Bồ-đề. Kinh Quán Vô Lượng Thọ nói là *"tâm chí thành"*. Tâm thanh tịnh là tâm sâu vững, tâm từ bi là tâm hồi hướng phát nguyện. Cho nên, có đủ ba tâm này thì niệm Phật mới có thể vãng sinh. Không có ba tâm này, hoàn toàn trái nghịch với ba tâm này, xử sự đối đãi với người, tiếp xúc với muôn vật đều hư dối, không thành thật, tự mưu cầu lợi riêng, tham cầu danh văn lợi dưỡng, đi đến đâu cũng khoe khoang bản thân mình, luôn xem bản thân mình là hơn người, đó là sai lầm.

Không có lòng sâu vững thì đối đãi với người khác không phải lòng từ bi chân thật, chỉ là từ bi giả tạo. Thế nào gọi là từ bi giả tạo? Đó là khi đối với mình có lợi, với người khác cũng có chút tốt đẹp, vậy thì có đôi chút từ bi; nhưng đối với mình không có lợi thì phớt lờ đi không quan tâm đến, hết thảy đều lấy sự lợi hại như thế làm tiêu chuẩn.

Thật ra, cách nghĩ cách nhìn của những người như thế là hoàn toàn sai lầm. Cái lợi mà họ thấy đó chỉ là nhỏ nhoi trước mắt, nên nhìn như thế là sai lầm. Quý vị có được chút lợi nhỏ nhoi trước mắt, cái hại lớn lao về sau quý vị nhất định phải

172

gánh chịu. Trong kinh điển đức Phật răn dạy chúng ta, Phật thực sự từ bi khó nhọc giáo hóa hết thảy chúng sinh, tiếc thay chúng sinh thảy đều trơ trơ vô cảm, không nhận hiểu được lời Phật dạy.

Phật pháp xét đến cùng là hiếu thảo với cha mẹ, tôn kính bậc sư trưởng. Trong ba điều phúc tạo nghiệp thanh tịnh thì điều thứ nhất là *"hiếu dưỡng cha mẹ, phụng sự bậc sư trưởng"*. Từ chỗ này mà bắt đầu làm, làm cho đến rốt ráo trọn vẹn đầy đủ thì chứng đắc Vô thượng Bồ-đề. Cho nên, quả vị Phật là sự trọn vẹn đầy đủ của đạo hiếu và đạo kính thầy.

Chúng ta không thể vâng làm theo lời dạy, không thể sửa lỗi, tự làm trong sạch bản thân mình, đó là bất hiếu, bất kính. Trong *Cảm ứng thiên*, đức Thái Thượng chỉ bày dạy bảo người đời, những việc hiền thiện ta không thể làm theo, đó là bất hiếu, bất kính; những việc xấu ác ta không thể sửa đổi, đó là bất hiếu, bất kính. Như thế gọi là vong ân phụ nghĩa, là nghịch thầy trái đạo. Người như vậy sao có thể thành tựu được?

Trước tiên phải tự cứu xét chính mình, [nếu phạm vào những điều ấy thì] phải biết là tự thân mình trong vô lượng kiếp sẽ đọa lạc sinh tử luân hồi, vĩnh viễn không có ngày thoát ra. Trong một đời này chúng ta hết sức may mắn gặp được Phật pháp, vậy những lời Phật răn dạy ta có nhận hiểu được gì không? Ta có tin nhận được gì không? Ta có vâng làm theo lời Phật dạy hay không? Trước tiên phải tự bản thân mình làm được, đó là việc khẩn thiết nhất. Người khác có làm được hay không, chúng ta có giúp đỡ hỗ trợ được gì hay không, chỉ cần ta hết lòng hết sức thì công đức đã trọn vẹn đầy đủ. Người khác có chịu nghe theo hay không, có làm được hay không đều là chuyện của họ.

Đặc biệt trong thời đại hiện nay, xã hội đề cao sự khai phóng, tự do, dân chủ, không ai có quyền can thiệp vào chuyện của người khác. Cho nên trong thời đại này, cha mẹ cũng không thể quản lý, dạy dỗ con cái, thầy dạy không thể đốc thúc học sinh, tất cả đều tự do, khai phóng. Có thể thành tựu được hay chăng? Đều là hoàn toàn dựa vào sự nỗ lực của tự thân mình. Tự mình có nhận hiểu thể hội được hay không? Tự mình có chịu phát tâm phấn chấn [tu tập] hay không? Có chịu học theo thánh nhân, hiền nhân, có chịu học làm Phật, Bồ Tát hay không? Thời xưa, cha mẹ hay các bậc sư trưởng có thể thúc ép, miễn cưỡng học sinh, đệ tử của mình, có thể thúc ép, buộc họ phải làm. Hiện nay không thể cưỡng ép như vậy.

Không chỉ là ở độ tuổi thanh thiếu niên mới không được thúc ép miễn cưỡng, cho đến đối với tuổi nhi đồng cũng không được thúc ép miễn cưỡng. Ngày trước khi tôi lưu trú ở Hoa Kỳ, nhà hàng xóm kế bên là một người Mỹ, có người Trung quốc dạy bảo con cái, la mắng đứa con mấy tiếng, đánh nó mấy cái, nó khóc ré lên. Người Mỹ hàng xóm nghe được liền sang nói với đứa con ấy: "Có cần ta trợ giúp cháu hay không, ta đã điện thoại gọi cảnh sát rồi, cha mẹ cháu sẽ bị bắt vào tù vì tội ngược đãi nhi đồng." Quý vị xem, còn biết làm sao nữa? Đến bọn trẻ con nhi đồng cũng không quản lý, dạy dỗ được.

Quan niệm của xã hội hiện nay với Trung quốc thời xưa hoàn toàn trái nghịch nhau, trái nghịch đến 180 độ, như vậy sao có thể được! Nếu nói thế giới này không gặp phải tai nạn thì tôi không tin.

Tôi xem trong [tạp chí] "Mộ Tây" những số liệu thống kê của nước Mỹ,[1] lòng tôi hết sức lo lắng. Cứ cho là chúng ta hiện nay vẫn miễn cưỡng giữ được sự bình an, nhưng qua hai, ba mươi năm sau nữa thì biết làm sao? Khi những đứa trẻ con hiện nay đến tuổi trưởng thành thì xã hội sẽ như thế nào? Thật không dám nghĩ đến.

---

[1] Hòa thượng đang đề cập đến số liệu thống kê thanh thiếu niên phạm tội ở Hoa Kỳ, được đăng trên tạp chí này.

Cho nên hiện nay đối với đạo lý của các bậc hiền thánh xưa, chúng ta chỉ có thể làm được một điều duy nhất là giảng nói nhiều hơn, thường xuyên khuyến khích hướng dẫn mọi người, hy vọng trong số đông người cũng có được một số người giác ngộ, có được một số người quay đầu hướng thiện, rồi họ sẽ nêu gương tốt cho những người chưa giác ngộ noi theo. Đó chính là đại từ đại bi. Nhất định không được làm gương xấu cho mọi người nhìn vào. Kẻ làm gương xấu là ác ma, là hãm hại những chúng sinh đang khổ nạn. Chúng ta phải giác ngộ vấn đề từ chỗ này.

Những lời dạy của đức Thái Thượng, việc hiền thiện ta phải thực sự nỗ lực làm; tâm niệm, hành vi xấu ác phải thường phản tỉnh, kiểm điểm, sửa chữa lỗi lầm, thanh lọc bản thân, không cô phụ sự nỗ lực đề xướng của Tổ Ấn Quang [đối với Cảm ứng thiên]. Từ chỗ này chúng ta cũng có thể nhận biết được, cũng thể hội được, tâm từ bi của Tổ Ấn Quang thật vượt hơn các bậc pháp sư, đại đức đồng thời với ngài. Trí tuệ của ngài có thể nhìn thấy hết thảy mọi trạng huống của thế gian nên khởi tâm bi mẫn đề xuất các giải pháp để cứu độ, giúp đỡ. Chỉ khi chúng ta có được nhận thức khắc sâu về việc này, thể hội được hết sức sâu xa, chúng ta mới có thể phát tâm kế thừa, tiếp tục đại nguyện rộng lớn của Tổ sư, đem những lời dạy của ngài truyền rộng và phát triển, giúp đỡ hỗ trợ cho thế giới khổ nạn này, giúp đỡ hỗ trợ cho chúng sinh khổ nạn.

Trước tiên là tự mình phải [tu tập] thành tựu. Tự thân mình không thể thành tựu lại muốn giúp đỡ hỗ trợ người khác, trong kinh Phật gọi đó là chuyện không thể có. Cho nên, tự thân mình nhất thiết phải tu hành giác ngộ, hết lòng sửa lỗi.

Bài giảng thứ 139

(Giảng ngày 3 tháng 12 năm 1999 tại Tịnh Tông Học Hội Singapore, file thứ 140, số hồ sơ: 19-012-0140)

Thưa quý vị đồng học, cùng tất cả mọi người.

Mời xem Cảm ứng thiên đoạn thứ 75 gồm hai câu: *"Thừa uy bách hiếp. Túng bạo sát thương."* (Dựa vào quyền uy bức hiếp người. Buông thả lòng hung bạo giết hại người.) Điều này chúng ta thường nói chung là *"cậy thế hiếp người"*, cũng là điều người thường rất dễ phạm vào, không biết rằng như vậy là kết mối thù sâu hận lớn với chúng sinh, khiến cho đối phương khởi tâm mạnh mẽ muốn báo thù. Sự báo thù đó trải qua đời đời kiếp kiếp không khi nào dứt được.

Cho nên, các bậc hiền thánh xưa dạy rằng, trong lúc quý vị đang có quyền lực, đang có địa vị cao, có uy thế, cần phải biết tu phúc, cần phải biết tích đức, không được dựa vào uy thế mà ức hiếp, lấn lướt người khác. Quý vị xem, là họa hay phúc chỉ trong khoảng thời gian của một ý niệm. Chúng ta đọc sách *Liễu Phàm tứ huấn*, thấy khi tiên sinh Liễu Phàm làm tri huyện Bảo Để, lúc ấy thật có địa vị, có quyền lực. Ông dùng quyền lực ấy để làm việc tốt, giảm thuế ruộng cho dân. Chỉ một việc ấy thôi, ông vốn phát tâm làm mười ngàn việc thiện, nhưng chỉ một việc giảm thuế này thì người chịu ơn không chỉ mười ngàn người mà nông dân trong toàn huyện hết thảy đều nhận được ơn huệ. Nếu như không hiểu được ý nghĩa này, [trong lúc có uy quyền lại] tùy tiện thưởng phạt, ức hiếp dân lành, tạo nghiệp như vậy là quả báo phải vào địa ngục.

Chúng ta từ trường hợp điển hình sáng tỏ rõ rệt này, cần phải tỉnh giác sâu xa, suy ngẫm sâu xa, mọi việc tốt xấu lành dữ quả thật [được quyết định] chỉ trong thời gian một ý niệm. Chúng ta cũng thấy ở phương Tây có thuyết nói rằng, đời người từ lúc sinh ra trở về sau đều hoàn toàn tuân theo vận mạng, suốt một đời không thể thay đổi được gì. Trong những lời tiên tri thời xưa chúng ta cũng thấy quan niệm cho rằng đời người giống như một vở kịch diễn ra theo kịch bản sẵn có.

Nhưng ta phải hỏi lại rằng, kịch bản đó do ai viết ra? Có phải do Thượng đế viết ra hay không? Hay do quỷ thần sắp đặt an bày? Nếu như đó là sự thật thì đời sống con người còn có ý nghĩa gì, hoàn toàn chỉ do người khác sắp xếp, nghe theo người khác bỡn cợt. Cách nói này thật không ổn.

Cho nên, có người đến hỏi tôi, cách nói như vậy của người phương Tây là căn cứ vào điều gì? Tôi nói, quan niệm của họ hoàn toàn giống với Khổng tiên sinh trong *Liễu Phàm tứ huấn*. Khổng tiên sinh đoán trước vận mạng trong suốt một đời của Viên Liễu Phàm. Tiên sinh Liễu Phàm sau đó đối chiếu với đời sống thực tế của bản thân thì quả nhiên không sai lệch. Mỗi năm đến kỳ dự thi, thi đạt những kết quả danh hiệu nào, so với những điều đoán định trong vận mạng đều tương đồng. Mỗi năm được bao nhiêu bổng lộc, so với sự đoán trước trong vận mạng cũng đều tương đồng, không một điểm nào sai lệch. Đó là thuyết Túc mạng.

Vậy con người có vận mạng hay không? Quả thật có, nhưng là với những người mê hoặc, chỉ biết y theo kịch bản sẵn có của bản thân mình mà biểu diễn. Tiên sinh Liễu Phàm trước khi gặp thiền sư Vân Cốc thì cũng là người [mê hoặc] như vậy. Sau khi gặp thiền sư Vân Cốc rồi, được thiền sư giảng giải rõ ràng ý nghĩa, kịch bản [của đời người] là do ai viết ra? Là do chính mình viết ra, qua những việc đã làm trong đời trước [tạo thành].

Cho nên nhà Phật nói: *"Nghiệp lực dẫn dắt."* Đó là chân lý. Lẽ nhân quả báo ứng Phật dạy rất rõ ràng: *"Muốn biết nhân đời trước, xem kết quả đời này."* Quý vị nếu muốn biết đời trước mình đã tạo những nghiệp gì, đó chính là những gì trong đời này mình đang nhận chịu, là quả báo đang nhận lãnh trong đời này. *"Muốn biết quả đời sau, xem việc làm hiện tại."* Quý vị muốn biết đời sau của mình như thế nào? Đó là những điều khởi tâm động niệm, nói năng hành động, xử sự, đối đãi với người, tiếp xúc muôn vật, là quý vị đang tạo nhân. Nhân tốt đẹp thì quả đương nhiên sẽ tốt đẹp.

Cho nên chúng ta biết được rằng, quá khứ của mình mê hoặc điên đảo vì không được bậc thiện tri thức răn dạy, đã sai lầm. Đời này rất may mắn gặp được Phật pháp, gặp được kinh điển, dần dần nhận hiểu rõ ràng, được giác ngộ, hết lòng sửa chữa lỗi lầm xưa. Khi còn mê hoặc chúng ta không biết được tốt xấu, cho rằng ai ai cũng là người xấu, người người đều là đối địch với ta, suốt ngày từ sáng đến tối lúc nào cũng phải chú tâm đề phòng. Sau khi giác ngộ mới biết được đó là tự mình sai lầm. Ngày ngày đều là ngày tốt, người người đều là người tốt.

Vậy có người nào là không tốt? Là bản thân ta không tốt, ta đối với người khác hoài nghi, ta đối với người khác ngờ vực, đối với sự việc do dự không quyết đoán, đối với lý lẽ mê hoặc, là bản thân ta không tốt. Con người sao có thể không tốt. Một khi đã hồi đầu, đó là học Phật. Học Phật là học giác ngộ, học Phật là học làm người tốt. Lúc còn mê hoặc, khởi tâm động niệm đều là bức hiếp lấn áp người khác, đều làm thương tổn người khác. Sau khi giác ngộ rồi chúng ta mới thực sự sám hối, từ nay về sau dù ở đâu cũng luôn nhẫn nhịn nhún nhường, lễ độ nhân nhượng.

Trong *Cảm ứng thiên*, đến chỗ này là hết một đoạn. Phần tiếp theo nói về việc không biết quý tiếc tài vật, công sức. Theo cách nói ngày nay là lãng phí tài nguyên. Phần này giảng với ta những lỗi lầm thuộc loại này.

Đoạn trước nói về đối đãi với người, đoạn sau nói về đối với sự vật. Cho nên, quý vị quan sát thật kỹ, các bậc thánh hiền thế gian cũng như xuất thế gian dạy bảo chúng ta, nếu quy kết hết thảy lại thì không ngoài việc dạy ta cách thức làm người. Giữa người với người phải sống với nhau như thế nào? Đoạn tiếp theo bên dưới lại dạy chúng ta, con người phải sống như thế nào cùng với đại tự nhiên, với vạn vật? Con người phải sống như thế nào với trời đất quỷ thần?

Trời đất quỷ thần nhất định không phải là chuyện mê tín, cho dù mắt thường của chúng ta không thấy được, nhưng hiện nay chúng ta biết rõ, không gian có nhiều chiều kích không giống nhau. Chúng ta hiện sống trong không gian ba chiều, quỷ thần có khả năng là đang sống trong các không gian bốn chiều, năm chiều, sáu chiều, hoặc không gian có nhiều chiều cao hơn nữa. Chúng ta không thấy được họ. Ở tầng không gian nhiều chiều cao hơn, họ có thể nhìn thấy chúng ta, cũng như [chúng sinh] ở tầng không gian thấp hơn không thể nhìn thấy chúng ta. Cho nên, người xưa thường nói: *"Ngẩng đầu ba thước có thần minh."*

Nhưng [quỷ thần là] chúng sinh sống trong chiều không gian khác biệt như vậy, chúng ta làm sao chung sống cùng họ? Chúng ta nhìn không thấy, nghe không được, tiếp xúc không được, thế nhưng biết rằng họ có tồn tại. Chúng ta dùng tâm chân thành, tâm cung kính để kính lễ họ, lễ kính một cách bình đẳng. Không chỉ lễ kính mà còn ngợi khen xưng tán. Chúng sinh sống trong không gian nhiều chiều cao hơn có trí tuệ, phúc đức cao hơn chúng ta, đáng để chúng ta ngợi khen xưng tán, đáng để chúng ta học tập. Cho nên, trong pháp *"lục niệm"* đức Phật có dạy ta *"niệm thiên"*. *"Niệm Phật, niệm Pháp, niệm Tăng"* là niệm Tam bảo. [Ba niệm còn lại là] *niệm thiên, niệm giới, niệm thí.*

Chư thiên tu tập thượng phẩm trong *"thập thiện nghiệp đạo"*, tu tập từ bi hỷ xả. [Cho nên,] niệm thiên là niệm thượng phẩm thập thiện, là niệm từ bi hỷ xả. Trong lúc niệm phải có sự noi theo, làm theo, phải hướng theo chư thiên mà học tập. Đó là thực sự tôn kính, lễ kính, ngợi khen xưng tán, đem công đức tu tập của ta hồi hướng cúng dường. Chúng ta lấy gì để cúng dường? Chúng ta phải tự mình tu tập thật tốt, đó là đối với chư thiên cúng dường. Bồ Tát Phổ Hiền dạy: *"Tu hành đúng như lời dạy"*, đó là cúng dường.

Thấu hiểu thật rõ ràng, thật sáng tỏ về ba mối quan hệ [giữa con người với con người, với môi trường tự nhiên và với trời đất quỷ thần], thực hiện được trọn vẹn đầy đủ [ba mối quan hệ này thì] thiên hạ được thái bình, thân tâm được an vui, phiền não tự nhiên không còn sinh khởi, trí tuệ tự nhiên tăng trưởng. Vui thích như thế sao không làm? Vì sao lại phải tạo nghiệp xấu ác?

Đối đãi với bất kỳ người nào cũng đều đội ơn cảm đức. Người khác có ơn với ta, dù là ơn đức một bữa cơm hay tiếp đãi trong một ngày đều suốt đời không quên, lúc nào cũng nuôi lòng báo đáp, như vậy là tốt.

Người khác làm nhục ta, hãm hại ta, quyết định không để trong lòng, những chuyện như thế đều quên sạch hết đi.

Chúng ta thực sự thể hội được rồi thì người người đều là người tốt, người người đều là Phật, Bồ Tát. Các bậc thánh hiền thế gian cũng như xuất thế gian dạy chúng ta như vậy.

Lúc nào cũng phải giữ lòng nhẫn nhịn nhún nhường, quyết định không được vô tình hay cố ý gây tổn hại đến người khác, gây tổn hại đến muôn vật. Không chỉ với con người mới không gây tổn hại, cho đến cây cối hoa cỏ cũng không được làm tổn hại. Đó là chư Phật, Bồ Tát, các bậc hiền thánh dạy ta đạo làm người như vậy.

Hôm nay thời gian đã hết, chúng ta giảng đến đây thôi.

Bài giảng thứ 140

(Giảng ngày 4 tháng 12 năm 1999 tại Tịnh Tông Học Hội Singapore, file thứ 141, số hồ sơ: 19-012-0141)

Thưa quý vị đồng học, cùng tất cả mọi người.

Mời xem Cảm ứng thiên đoạn thứ 76 và đoạn thứ 77: *"Vô cố tiễn tài. Phi lễ phanh tế."* (Không duyên cớ mà may quần áo mới. Không đúng lễ mà giết mổ súc vật.) Đó là không biết quý tiếc tài vật, công sức. Tiếp theo sau đó là hai câu: *"Tán khí ngũ cốc. Lao nhiễu chúng sinh."* (Vung vãi hoang phí ngũ cốc. Làm nhọc sức chúng sinh.)

Theo bốn câu này, hết thảy chúng sinh trong thế gian đều có nghiệp nhân, nhà Phật vì chúng ta giảng rõ chân tướng sự thật này. Phàm phu trong sáu đường luân hồi đều bị nghiệp lực sai sử làm chủ. Trong suốt một đời, mọi sự gặp gỡ giao tiếp, vinh hoa phú quý, tuổi thọ vắn dài, hết thảy đều có mạng số nhất định. Cho nên, những kẻ xem tướng đoán mệnh có trình độ cao minh trong thế gian thường đoán được mạng số tương đối chuẩn xác. Giống như trong phần mở đầu sách *Liễu Phàm tứ huấn*, tiên sinh Viên Liễu Phàm tự thuật lại với chúng ta, thời còn trẻ ông gặp Khổng tiên sinh tiên đoán số mạng, đoán trước mọi việc tốt xấu trong suốt cuộc đời ông, dường như không sai lệch mảy may, thực tế chứng minh hoàn toàn chính xác không chút sai lệch. Đây chẳng phải là hạng người xem tướng số trên giang hồ, lời nói chẳng đáng tin cậy, nói ra không có trách nhiệm. Khổng tiên sinh là người thực sự có học vấn, có kiến thức, cũng có sự tu dưỡng, cho nên mới có thể tiên đoán được chuẩn xác đến như vậy.

Do đó có thể biết rằng, cuộc đời của mỗi người quả thật giống như người phương Tây quan niệm. Trước đây tôi từng xem qua những dự ngôn của một nhà tiên tri người Pháp là Nostradamus. Ông này nhiều lần cho rằng cuộc đời con người giống như một kịch bản đã sớm được viết ra từ trước, con người chỉ y theo kịch bản ấy mà biểu diễn, bất cứ ai cũng không có biện pháp gì sửa đổi được kịch bản ấy. Những điều này là thuộc về thuyết Túc mạng.

Trong Phật pháp thừa nhận quả thật có vận mạng, nhưng vận mạng nhất định có thể sửa đổi, tuyệt đối không phải là hoàn toàn không thay đổi. Trước tiên chúng ta phải hiểu rõ được vận mạng từ đâu mà có? Đó là do chính ta tạo ra, trong đó có nghiệp nhân cùng quả báo đều hết sức phức tạp. Nghiệp nhân liên quan đến vô lượng kiếp trước đây, đời đời kiếp kiếp tích lũy tập khí, phiền não, lại còn kết thành ân oán nợ nần với hết thảy chúng sinh, đời sau khi nhân duyên hội đủ phải đền trả. Đó gọi là: *"Nợ mạng phải đền mạng, nợ tiền phải trả tiền."*

Những nghiệp nhân trong quá khứ, nếu chúng ta tự mình tỉnh táo quan sát suy xét thì ngay trong đời này cũng thấy được sự chứng minh rõ ràng. Trong một đời này của chúng ta, hết thảy những người ta gặp, những sự vật, sự việc xảy đến với ta, hãy suy ngẫm cho thật kỹ. Có người đối tốt với ta, đó là trong quá khứ có chịu ơn ta. Có người đối với ta không tốt, sống chung với ta không tốt, đó là trong quá khứ có oán thù với ta. Có những lúc chúng ta đạt được tiền tài, vật chất, trong lòng phải hiểu rằng đó là người khác trả nợ cho ta. Có những lúc chúng ta bị tổn thất, mất mát, phải biết rằng đó là ta trả nợ cho người khác.

Nhà Phật giảng giải rất rõ ràng, con người sống ở đời bất quá chỉ là để đền ơn, báo oán, đòi nợ, trả nợ. Chỉ vì những việc ấy mà sinh ra ở đời. Cho nên, đức Phật tổng kết trong một câu, đời người có ý nghĩa gì? Chẳng qua là đền trả nghiệp. Nghiệp là những gì ta đã tạo tác trong quá khứ. Quá khứ tạo tác nghiệp lành thì đời này của quý vị được hưởng phúc. Quá khứ tạo tác nghiệp xấu ác thì đời này phải kiếm sống vất vả khó khăn.

Thế nhưng nghiệp không ngừng được tạo ra, cho nên quả cũng không ngừng thọ nhận. Nhân quả xoay vòng, trong lúc đang hưởng phước nhất định cũng là đang tạo nghiệp. Chúng ta không cần nói về người khác, ngay trong lịch sử Trung quốc được tôn xưng là người mười phần hoàn thiện, luận về phước báo xưa nay chưa từng có ai sánh bằng, chính là Hoàng đế Càn Long. Phước đức, thông minh, trí tuệ, khỏe mạnh, sống lâu, hết thảy ông ấy đều đầy đủ. Đó thật là nhờ tu tập từ nhiều đời nhiều kiếp. Ông làm hoàng đế đến sáu mươi năm, lại thêm bốn năm làm Thái thượng hoàng, trong suốt một đời cũng tạo không ít nghiệp xấu ác. Khi phước báo hưởng tận rồi, quả báo xấu ác liền hiện tiền.

Cho nên, từ chỗ này mà quan sát, đức Khổng tử dạy chúng ta: *"Nhân tâm duy nguy, đạo tâm duy vi."* (Nguy thay lòng người, mầu nhiệm thay tâm đạo.) Hai câu này thật rất có ý nghĩa.

Con người nếu không giác ngộ thì không thể nào không tạo nghiệp. Phước báo càng lớn thì càng dễ dàng tạo nghiệp, hơn nữa nếu tạo nghiệp xấu ác thì càng nghiêm trọng. Người dân thường ở thế gian không có uy đức, không có quyền thế, tạo nghiệp trong một đời so ra ít hơn [người phước lớn], nghiệp tạo ra cũng nhỏ nhặt hơn. Chúng ta tỉnh táo quan sát kỹ thì biết được.

Chúng ta may mắn được thân người, vậy được thân người thì có may mắn gì? Đó là được thân người mà được nghe Phật pháp. Làm người như vậy là may mắn. Làm người không được nghe Phật pháp, đời người như vậy rất bất hạnh, làm sao có thể không tạo tội nghiệp? Đúng như trong kinh Địa Tạng Bồ Tát Bản Nguyện nói là *"trồi lên hụp xuống"*, trong khoảnh khắc đã đọa lạc rồi, đọa lạc chỉ trong chớp mắt, cho nên thật đáng thương thay. Đáng sợ biết bao!

Điều đáng quý trong đời người là được tiếp nhận nền giáo dục của thánh hiền. Nguồn gốc sâu xa của giáo dục thánh hiền có hai loại. Một là đại triệt đại ngộ, từ trong tự tánh lưu xuất hiển lộ. Đó là trí tuệ chân thật, thấu hiểu triệt để chân tướng của nhân sinh vũ trụ. Chân tướng của nhân sinh vũ trụ là gì? Từ căn bản mà nói thì đó là các vấn đề về khởi nguyên của vũ trụ, vũ trụ sinh khởi như thế nào, khởi nguyên của sự sống, mối quan hệ giữa vũ trụ với sự sống. Đó là những điều căn bản quan trọng nhất.

Sau khi thấu hiểu sáng tỏ [những điều ấy] rồi, các bậc thánh hiền mới dạy ta đạo làm người. [Đó là] mối quan hệ giữa người và người, giữa con người với môi trường tự nhiên, và giữa con người với trời đất quỷ thần. [Trong các mối quan hệ đó] phải sống chung như thế nào? Đó chính là nền học vấn lớn lao quan trọng. Các bậc hiền thánh xưa, thế gian cũng như xuất thế gian, răn dạy người đời sau, răn dạy hết thảy chúng sinh, bất quá cũng chỉ là những nội dung ấy. Người nào thấu hiểu rõ ràng được những điều ấy rồi thì có thể lánh dữ tìm lành, tự làm lợi ích cho bản thân mình.

Chúng ta chưa sáng tỏ tâm ý thấy được tự tánh, chúng ta chỉ có thể trông cậy, tin vào sự răn dạy của những bậc đã sáng tỏ tâm ý thấy được tự tánh, nối bước theo các vị.

Những điều đức Thái Thượng dạy bảo chúng ta trong bản văn này, so với lời dạy của chư Phật, Bồ Tát, của các bậc đại thánh đại hiền, hoàn toàn không khác biệt. Bản văn này của đức Thái Thượng, về mặt lý luận không nói gì nhiều, nhưng về mặt sự tướng nói được không ít, đối với chúng ta hết sức thiết thực hữu dụng. Nếu từ nơi sự tướng không thể sửa đổi thì khi chúng ta tiếp nhận những lời răn dạy của chư Phật, Bồ Tát rất khó khai ngộ. Đó là do nguyên nhân gì? Vì nghiệp chướng phiền não chướng ngại trên đường giác ngộ, không thể khai ngộ. Với điều kiện gì mới có thể khai ngộ? Bậc cổ đức thường nói: *"Phiền não bớt đi thì trí tuệ tăng trưởng."* Chúng ta còn mang phiền não nặng nề đến như vậy, sao có thể khai ngộ?

Nếu y theo lời dạy của đức Thái Thượng mà tu học, đó là phương pháp rất tốt để dứt trừ phiền não. Nhà Phật nói đến cương lĩnh chung của sự tu học là *"giữ theo giới luật được định, nhờ định khai mở trí tuệ"*. Đó là con đường tu tập rõ ràng chính xác, là con đường thành Phật.

Bản văn này của đức Thái Thượng chính là giới luật. Chúng ta nếu có thể noi theo, có thể vâng làm theo, trong tâm liền đạt định, [khi ấy] khởi tâm động niệm, nói năng hành động đều có chuẩn mực phép tắc. Ý nghĩa này cần phải hiểu rõ.

Quý tiếc tài vật, công sức, tuy nói ra chỉ có mấy chữ này, nhưng đó là nói trên nguyên tắc, chúng ta cần phải hiểu sâu rộng, quán chiếu thông suốt, phải biết được công sức vất vả khó khăn để làm ra tài vật, thật không dễ dàng có được. Hiện tại cho dù khoa học kỹ thuật phát triển, công suất sản xuất được nâng cao, không cần phải giống như người xưa vất vả nhọc nhằn, nhờ sử dụng máy móc thiết bị để sản xuất, thế nhưng chúng ta vẫn phải thường suy ngẫm, hiện tại trong thế gian này có bao nhiêu người vẫn còn thiếu thốn vật dụng hằng ngày? Chúng ta dễ dàng có được cũng là nhờ trong quá khứ có tu tích được một chút phước báo, ngày nay cũng biết dứt ác tu thiện nên chiêu cảm được sự báo ứng. Nhưng nếu nghĩ đến rất nhiều người vẫn còn sống trong cảnh nghèo khổ khốn cùng, chúng ta tự nhiên sẽ biết quý tiếc tài vật, công sức.

Cuộc sống chỉ nên vừa đủ sống, được bình an là phước báo. Con người sống ở đời, cơm ăn ba bữa được no, áo mặc đủ ấm, có một căn nhà nhỏ làm chỗ nghỉ ngơi, như vậy là đủ rồi. Nếu như có phước báo được nhiều hơn, nên bố thí cho chúng sinh. Phải biết tiếc phước, phải biết vun bồi thêm phước.

"Vô cố tiễn tài. Phi lễ phanh tế." (Không duyên cớ mà may quần áo mới. Không đúng lễ mà giết mổ súc vật.) Đức Thái Thượng ở chỗ này dạy ta, người xưa việc giết mổ thịt súc vật nhất định phải có thời điểm thích hợp, tuyệt đối không phải tham lam ăn uống vô độ. Ở đây nói *"tiễn tài"* để chỉ việc may quần áo, nói *"phanh tế"* (giết mổ súc vật) để chỉ chung việc ăn uống. Miếng cơm manh áo, từ chỗ này phải học biết tiết kiệm, đó là thường ngày không để thiếu thốn vật chất trong đời sống. Về điểm này, các bậc thánh hiền khuyến khích chúng ta, nếu có thể tiết kiệm được một phần, liền có thể giúp đỡ hỗ trợ người khác một phần. Phải thường gìn giữ tấm lòng như vậy.

Chúng ta xem trong xã hội hiện nay, hai câu này thường bị phạm vào, phạm vào một cách hết sức nghiêm trọng. Như vậy, thụ hưởng vừa hết phước báo thì tai họa liền hiện tiền.

Thời xưa, quần áo mặc nhất định phải tùy theo nhu cầu bản thân. Quý vị xem, đức Phật chế định người xuất gia có ba tấm y, một bình bát, đó là vào thời xưa ở vùng Ấn Độ, ba tấm y đã đủ rồi. Chúng ta ở Singapore thuộc vùng nhiệt đới, gần đường xích đạo, không có đủ bốn mùa. Cho nên, sống ở vùng này thì y phục hết sức đơn giản. Nếu như sống ở miền bắc Trung quốc, quý vị phải có đầy đủ y phục thích hợp cho bốn mùa, xuân hạ thu đông. Nhưng chúng ta tuy sống ở vùng này, nếu có dịp đi về phương bắc cũng phải cần thêm y phục. Đó là có lý do mới may thêm y phục. Nếu không có lý do, không cần thiết phải chuốc thêm sự phiền toái đó.

Trong việc ăn uống, thời xưa giết mổ súc vật, ăn thịt, đều là những khi cúng tế, hiến tế quỷ thần. Sau khi lễ cúng hoàn tất, mọi người mới hưởng thụ vật cúng, không phải mỗi ngày đều [giết mổ] ăn thịt. Khi tôi còn nhỏ tuổi, đang đi học, lúc ấy là thời bắt đầu kháng chiến, tôi sinh trưởng ở vùng nông thôn. Ở nông thôn mỗi tháng chỉ ăn thịt hai lần, vào ngày mồng một và mười lăm, mọi người tế thần, cúng tổ tiên, mua một ít thịt, số lượng rất ít, cho nên trẻ con đều mong đợi dịp đầu năm mới. Những ngày đầu năm mới thì mỗi ngày đều được ăn một chút thịt, nhưng thời gian cũng rất ngắn, bất quá chừng mười mấy hai mươi ngày mà thôi đã hết tết rồi.

Hiện tại mỗi bữa ăn đều có thịt, quý vị nói xem, thật đáng sợ! Nhà Nho tuy không cấm hẳn nhưng cũng không dạy quý vị mỗi ngày đều giết hại chúng sinh để ăn thịt. Nhà Phật hiểu rất rõ ý nghĩa đó, ăn thịt là tạo oán thù vay trả xoay vòng không dứt. Vì sao thế gian có chiến tranh tàn khốc? Những cuộc chiến tranh này chúng ta có thể nhớ lại. Thế chiến thứ nhất hết sức tàn khốc, Thế chiến thứ hai so ra tàn khốc hơn không biết bao nhiêu lần. Thế chiến thứ ba nếu phát sinh, rất nhiều người nói sẽ là cuộc chiến tranh cuối cùng. Sau cuộc chiến tranh đó, thế giới sẽ không còn chiến tranh nữa. Vì sao vậy? Vì con người chết sạch hết rồi, còn đánh nhau gì nữa. Đó là cuộc chiến tranh hủy diệt thế giới.

Trong kinh Phật nói đó là *"đao binh kiếp"*. Nếu muốn thế gian này không có đao binh kiếp, đức Phật dạy rõ ràng là *"trừ phi chúng sinh không ăn thịt"*, chỉ khi ấy thì thế gian này mới không có đao binh kiếp. Ý nghĩa câu này thật hết sức sâu xa. Đao binh kiếp là do tích lũy oán hận mà thành. Oán hận từ đâu mà có? Là từ việc ăn thịt chúng sinh. Chúng sinh không cam tâm tình nguyện cho quý vị ăn thịt, đích thực chỉ là cưỡng bức chúng sinh yếu hơn mà ăn. Chúng sinh yếu hơn đó ôm lòng oán hận, vĩnh viễn không thể tiêu trừ.

Đức Phật dạy chúng ta, hết thảy chúng sinh lưu chuyển sáu đường luân hồi, ở trong đó tạo ra sự báo ứng, cho nên thù oán trả vay qua lại chẳng bao giờ dứt. Điều này chỉ có đức Phật mới giảng nói được thấu triệt. Chúng ta nếu hiểu rõ được ý nghĩa này, chẳng bao giờ còn dám ăn thịt chúng sinh nữa, mong rằng những oán thù giữa chúng ta với hết thảy chúng sinh có thể được hóa giải. Chúng ta thực sự nỗ lực tu học, đem hết thảy công đức hồi hướng cho chúng sinh, đó là sám hối, đó là chuộc tội.

Cho nên, quý tiếc tài vật công sức phải bắt đầu [tu sửa] ngay trong cuộc sống thường ngày.

Bài giảng thứ 141

(Giảng ngày 5 tháng 12 năm 1999 tại Tịnh Tông Học Hội Singapore, file thứ 142, số hồ sơ: 19-012-0142)

Thưa quý vị đồng học, cùng tất cả mọi người.

Cảm ứng thiên trong đoạn thứ 76 và 77 tổng cộng có bốn câu: *"Vô cố tiễn tài. Phi lễ phanh tế. Tán khí ngũ cốc. Lao nhiễu chúng sinh."* (Không duyên cớ mà may quần áo mới. Không có lễ tiết mà giết mổ súc vật. Vung vãi hoang phí ngũ cốc. Làm nhọc sức chúng sinh.)

Những điều này người bình thường vẫn cho là những chuyện nhỏ nhặt, không đáng nói. Dễ phạm vào lỗi này nhất chính là trong cuộc sống hằng ngày không biết tiết kiệm. Trong kinh điển giáo pháp, đức Phật dạy chúng ta *"thực tồn ngũ quán"* (trong bữa ăn phải duy trì năm điều quán tưởng). Nội dung quán tưởng là giúp chúng ta biết quý tiếc tài vật, nhân lực, khởi sinh ý niệm biết ơn, [hiểu rõ rằng] mỗi một sợi tơ mảnh lụa, mỗi một miếng cơm ngụm nước, đều không dễ dàng có được. Phải biết đến công lao khó nhọc vất vả của những người nông dân, công nhân, nhờ đó chúng ta mới có được cuộc sống thoải mái hằng ngày.

Ngày nay tuy khoa học kỹ thuật phát triển, nhân công tiết giảm rất nhiều, sử dụng cơ giới trong việc trồng trọt, sản lượng được tăng cao, thế nhưng vẫn phải biết tiết kiệm. Tiết kiệm là đức tánh tốt đẹp, là đức của tự tánh. Quý vị nhìn xem chư Phật, Bồ Tát, nhìn xem các bậc thánh nhân của rất nhiều tôn giáo khác, hầu như không một vị nào không sống nghèo vui đạo. Các ngài vì sao phải thị hiện như thế, chúng ta cần suy ngẫm nhiều, phải chú tâm nhận hiểu, có thật sự thiết yếu phải vậy chăng? Tỉnh táo quan sát và suy ngẫm, chúng ta mới hiểu rõ được rằng, các ngài không vì bản thân mình, mà là vì những chúng sinh đang khổ nạn.

Khoa học kỹ thuật dù phát triển đến mức cao độ, chúng sinh vẫn không chống nổi nghiệp lực. Nói thật ra, mỗi người nếu không thể chuyển mê thành ngộ thì suốt một đời bị vận mạng trói buộc, giống như quan điểm của nhà tiên tri Pháp quốc [Nostradamus]. Con người trốn không thoát sự làm chủ của vận mạng, trong suốt một đời đều do vận mạng an bày, rất giống như diễn viên chỉ diễn theo kịch bản. Có mấy người trong đời này có thể thay đổi được vận mạng của chính mình? Đó chính là những người tu hành chân chánh của mỗi tôn giáo.

Người tu hành không quan trọng là thuộc tôn giáo nào, nói chung [các tôn giáo] đều dạy quý vị dứt trừ tham sân si, đều dạy quý vị trong mỗi một ý niệm, mỗi hành vi đều vì hết thảy chúng sinh tạo phúc. Người tu hành chân chánh, nhất định phải hoan hỷ nêu gương tốt cho đại chúng trong xã hội, điều này trong Phật pháp gọi là công đức chân thật. Cho nên, trong đời sống thường ngày không thể không tiết kiệm. Trong đời sống thường ngày, mỗi miếng cơm, ngụm nước đều phải biết tiết kiệm. Người phục vụ đại chúng trong xã hội nhất định không được lãng phí, nhất định phải biết yêu thương xã hội, yêu thương chúng sinh, giúp đỡ hỗ trợ chúng sinh biết tiếc phước, vun bồi phước, tạo phước.

Chúng sinh được phước báo, người tu hành chứng quả đều hoan hỷ. Chúng sinh chịu khổ nạn, các ngài nhìn thấy đau lòng không chịu được, nhưng cũng không thể làm gì. Vì sao vậy? Hết thảy chúng sinh trong một đời này tiếp xúc hay gặp phải chuyện gì đều là tự làm tự chịu. Chư Phật, Bồ Tát, các bậc đại thánh đại hiền có thể cứu giúp được chỉ là qua việc dạy bảo, chỉ dẫn. Người có trí tuệ, có phúc đức, gặp được [thiện tri thức] thì có thể vâng theo lời dạy mà làm, có thể tin cậy, nhận hiểu, thực hành. Người như thế thì vận mạng thay đổi được. Nếu không chịu tin nhận, không chịu vâng làm theo lời dạy thì không thay đổi được.

Người chuyển hóa được thì chuyển đổi ngay từ ý niệm, vĩnh viễn giữ gìn ý niệm hiền thiện. Người như vậy có thể chân chánh tu hành. Mắt không nhìn hình sắc tà vạy, cố hết sức tránh né. Tai không nghe những lời xấu ác. Miệng tuân theo nguyên tắc tu học đức Thế Tôn đã dạy trong kinh Vô Lượng Thọ: *"Khéo giữ gìn khẩu nghiệp, không chê trách lỗi người khác."*

Chúng ta là phàm phu nghiệp chướng sâu nặng. Nghiệp chướng sâu nặng ấy từ chỗ nào thấy được? Chúng ta suy nghĩ điều xấu ác, người xưa thường nói là tâm ý xấu ác. Xưa nay ta chưa từng nhìn thấy người khác là tốt đẹp, đó là tâm ý xấu ác. Những gì ta nhìn thấy đều là khuyết điểm, lỗi lầm của người khác. Những điều quý vị nghe được, quý vị nói lại cùng người khác, thảy đều là những chuyện thị phi, tốt xấu. Chúng ta không biết được rằng như vậy là rất xấu ác.

Quan sát kỹ lại, những bậc tu hành kia các ngài vì sao có thể làm Bồ Tát, có thể làm Phật? Nói thật ra chính là như Đại sư Lục tổ Huệ Năng từng nói: *"Không thấy lỗi của người đời."* Như vậy thì chúng ta mới thành tựu. Ví như người đời có lỗi lầm, lỗi lầm ấy cũng là của họ, đối với chúng ta đâu có liên can gì? Nếu ta ôm giữ những lỗi lầm của người khác trong lòng mình, thì đó chính là lỗi lầm của ta, vì sao phải làm chuyện ngu ngốc như vậy?

Tôi học Phật qua bốn mươi tám năm, có được một chút lợi ích trong Phật pháp, chính là từ điểm này mà có được. Người khác hủy báng tôi, nhục mạ tôi, có người đến báo với tôi, tôi không nghe, *"không cần nói nữa, tôi đã biết cả rồi, không cần nói lại"*. Thậm chí mang giấy tờ ghi chép [chứng cứ] đến cho tôi, tôi cũng đem vất vào sọt rác. Cũng có người đem băng ghi hình cho tôi xem [làm bằng cớ], tôi đều trả lại hết, tôi không nghe, tôi không xem.

Vì sao vậy? Vì trong lòng tôi luôn muốn giữ lại ấn tượng tốt nhất của người khác. Như vậy thì tự tâm mình mới hiền thiện. Tuyệt đối không để trong lòng có mảy may ấn tượng xấu ác nào tồn tại. Chúng ta biết rằng, lưu giữ ấn tượng xấu ác trong a-lại-da thức thì tương lai quả báo sẽ sinh vào cảnh giới xấu ác, chúng ta vì sao phải làm như vậy?

Người khác hủy báng ta, ta tuyệt đối không hủy báng người khác, ta đối với người khác ngợi khen xưng tán. Người khác mạ nhục ta, ta cảm tạ họ đã vì ta làm tiêu mất tai nạn, vì ta làm tiêu trừ nghiệp chướng. Ta cảm ơn còn không hết, làm sao còn có mảy may ác niệm, ác ý? Ta hiểu rõ phương hướng, mục tiêu tu học của chúng ta là tâm chân thành, tâm thanh tịnh, tâm bình đẳng, tâm chánh giác, tâm từ bi. Mỗi ngày ta đều bồi dưỡng nuôi lớn những tâm ấy. Ưa thích nghe những chuyện thị phi, nhân ngã, ưa thích nghe ngóng những chuyện như vậy, đó là phá hoại năm loại tâm [vừa nói]. Là ai phá hoại? Không phải người khác có thể phá hoại được. Là tự ta phá hoại chính ta, quý vị sao có thể trách người khác?

Ta rõ biết giữ gìn bảo vệ, người khác phá hoại, ta hết thảy cự tuyệt. Có người đến nói với tôi: *"Pháp sư, ông kia nói xấu thầy như thế này."* Tôi không nghe, tôi đem lời ấy vất bỏ đi, không để người ấy nói lại lần nữa. Như thế là thế nào? Như thế là giữ gìn bảo vệ tự thân mình, giữ gìn bảo vệ các phẩm tính chân thành, thanh tịnh, bình đẳng, chánh giác của chính mình. Người không hiểu biết, làm tổn thương, gây hại cho chính bản thân mình, khi nghe kẻ khác nói *"có người kia nói xấu ông"* thì lập tức hối thúc *"anh nói đi, nói mau đi cho tôi nghe"*. Nghe xong rồi liền suy nghĩ tìm cách đáp trả kẻ nói xấu mình. Quý vị xem, đó là tạo thành tội nghiệp.

Người ta đem lời [kẻ khác] nói lại, rốt cuộc thì đó là thật hay giả? Không suy xét tìm hiểu, không khảo sát cân nhắc, hoàn toàn tin theo ngay, quý vị nói xem, người như vậy có ngu si hay không? Đó là làm hủy hoại tâm đạo của chính mình, Phật pháp là trăm ngàn muôn kiếp khó gặp được, lại xem thường dễ dàng hủy hoại, bỏ đi.

Tà ma đến phá hoại ta, năng lực của tà ma bất quá cũng chỉ là như thế. Quý vị nếu không tiếp nhận, tà ma không thể có chút năng lực nào. Quý vị vui vẻ ưa thích tiếp nhận, quý vị cùng tà ma hợp tác, như vậy thì năng lực của ma mới hiển hiện, bộc lộ ra. Quý vị không hợp tác với chúng, không nghe chúng nói, không quan tâm đến thì pháp lực của ma dù cao đến đâu đối với quý vị cũng không có sức tác dụng gì. Đức Thế Tôn trong tám tướng trạng thành đạo [có tướng] hàng ma, đó là vì chúng ta nêu lên một tấm gương mẫu mực tốt. Chúng ta vì sao không ghi nhớ? Vì sao không học tập theo?

Cho nên, chúng ta khi xử sự, đối đãi với người, tiếp xúc muôn vật, trong hoàn cảnh trước mắt, phải suy đi nghĩ lại xem nếu đức Phật gặp hoàn cảnh này ngài sẽ giải quyết như thế nào? Chúng ta hướng theo Phật mà học tập, không thể hướng theo tà ma học tập.

Chư Phật Như Lai vĩnh viễn sống trong từ bi, nhà Phật thường nói: *"Từ bi vi bản, phương tiện vi môn"* (Từ bi là căn bản, phương tiện là cửa vào), từ bi là lòng yêu thương vô tư, vô điều kiện, lòng yêu thương chân thành, lòng yêu thương thanh tịnh bình đẳng, thương yêu bảo vệ hết thảy chúng sinh trong các pháp giới cùng khắp hư không, nhất định không có mảy may phân biệt bám chấp, mỗi một ý niệm đều suy nghĩ vì lợi ích cho người khác, suy nghĩ vì phước đức của người khác.

Tự mình có thể nhẫn chịu. Nhẫn chịu là sự thị hiện của pháp nhẫn nhục ba-la-mật. Đức hạnh của Phật là hoàn mỹ nhất, hoàn toàn không có khuyết điểm, thiếu sót, tất cả đều có nói trong kinh điển giáo pháp. Chúng ta mỗi ngày đọc kinh Vô Lượng Thọ, tôi đã nói qua quá nhiều lần rồi, có thể vâng làm theo đúng những lời răn dạy trong kinh Vô Lượng Thọ, người làm theo được trăm phần trăm trong kinh này là Phật Vô Lượng Thọ, là Phật A-di-đà. Có thể làm theo được một nửa thôi, tuy là thực hành chưa đầy đủ trọn vẹn, nhưng người như thế đã thực sự là Bồ Tát ở thế giới Cực Lạc, quyết định được sinh về Tịnh độ.

Nếu người này không sinh về Tịnh độ, phát nguyện ở lại thế giới Ta-bà rộng độ chúng sinh, nhất định cũng sẽ được oai thần của Phật A-di-đà gia trì, đó là ý nghĩa nhất định. Phật lực gia trì là chuyện tốt, nhưng tự bản thân mình nếu không đầy đủ giới định tuệ, cho dù có Phật lực gia trì rồi cũng vẫn thối chuyển. Ý nghĩa này chúng ta không thể không hiểu rõ.

Khi quý vị phát tâm chân thành, được Phật lực gia trì, nhưng khi tâm ấy thối thất, lực gia trì của Phật cũng không còn nữa. Chúng ta cần phải có một phần công đức mới được Phật gia trì một phần. Chúng ta có mười phần công đức thì được Phật gia trì mười phần. Khi nào công đức của chúng sinh tiêu mất hết thì lực gia trì của Phật cũng đồng thời tiêu mất.

Công đức quả thật không dễ giữ gìn. Trong kinh điển đức Phật nhiều lần cảnh giác chúng ta về *"lửa thiêu rừng công đức"*. Khác với phước đức, vì phước đức có thể gìn giữ được, công đức thật rất khó giữ gìn. Công đức là những gì? Công đức chính là giới, định, tuệ. Quý vị phạm vào giới luật thì công đức không còn nữa. Quý vị để tâm tán loạn thì định không còn nữa. Mê hoặc, ngu si thì trí tuệ cũng không còn nữa. [Cho nên,] công đức thật không dễ duy trì, gìn giữ.

Phước đức có thể gìn giữ duy trì, trong ba đường lành có thể được hưởng phúc, trong ba đường ác chỉ trừ ra địa ngục, còn lại các cảnh giới ngạ quỷ, súc sinh đều có thể được hưởng phúc. Thế nhưng phải nhớ rằng, phước đức không thể giúp quý vị vượt thoát ra ngoài ba cõi, không thể giúp quý vị tu hành chứng quả.

Cho nên, người tu hành chúng ta xác định mục tiêu không thay đổi của mình là ba môn học: giới, định, tuệ. Giới học là những gì? Là giữ theo giới pháp, giữ theo quy củ, nhưng không phải hoàn toàn cứng nhắc trong các điều giới. Kinh Vô Lượng Thọ từ mở đầu *"như thị ngã văn"* cho đến [kết thúc] *"tín thụ phụng hành"*, mỗi câu mỗi chữ đều là đức Thế Tôn dạy bảo chúng ta. Chúng ta có thể tin tưởng, có thể nhận hiểu, có thể thực hành, đó là trì giới.

Trong ba môn học, giới học hàm nghĩa rộng, không phải hiểu theo nghĩa hẹp. Chúng ta vận dụng những lời Phật dạy vào đời sống hằng ngày, đó gọi là trì giới. Trong sự trì giới đó, có thể gìn giữ tâm địa thanh tịnh, bình đẳng của chính mình, đó là tu định. Trong kinh Kim Cang nói về nguyên tắc tu định, cần phải hiểu rõ: *"Không bám chấp hình tướng, như như chẳng dao động."* Câu này nếu theo cách nói hiện nay của chúng ta thì là *"ngoài không vướng mắc hình tướng, trong không dao động tâm thức"*. Đó là tu thiền định.

Khó khăn lớn nhất của chúng ta là vừa thấy hình nghe tiếng đã lập tức vướng mắc nơi tướng. Một khi vướng mắc nơi tướng thì không có định. Không chỉ là không có định, mà trong tâm còn khởi sinh phiền não, mừng, giận, buồn, vui... năm món dục,[1] bảy cảm xúc[2] cũng theo đó sinh khởi. Khi ấy không có giới nữa, tất cả đều bị hủy hoại.

Cho nên, [công phu] giới định tuệ của quý vị bị cảnh giới bên ngoài can thiệp quấy nhiễu phá hoại mất. Cảnh giới bên ngoài đó gọi là ma, là ma cảnh. Nếu như cảnh giới bên ngoài không thể phá hoại quý vị, quý vị vẫn kiên trì giữ được ba môn học giới định tuệ, thì cảnh giới bên ngoài đó là [cảnh giới] Phật. Cho nên, cảnh giới Phật với cảnh giới ma chỉ là một, không phải hai. Quý vị dùng tâm có giới định tuệ đối với cảnh giới bên ngoài thì đó là cảnh giới Phật. Quý vị dùng tâm tham sân si đối với cảnh giới bên ngoài thì đó là cảnh giới ma.

---

[1] Năm món dục (ngũ dục): chỉ sự tham muốn đối với các đối tượng trần cảnh như mắt ưa thích sắc đẹp, tai ưa thích âm thanh êm ái, mũi ưa thích mùi hương thơm, lưỡi ưa thích vị ngon ngọt, thân ưa thích sự đụng chạm mềm mại. Khi nói đến sáu món dục (lục dục) thì có thêm sự ưa thích của ý là đuổi theo những suy tưởng vừa ý.

[2] Bảy cảm xúc (thất tình), hay tình cảm, bao gồm: hỷ (mừng), nộ (giận), ái (yêu), ố (ghét), ai (buồn), dục (tham muốn) và lạc (vui thích).

Vì thế, Phật với ma từ đâu mà có? Đều là từ trong tâm quý vị khởi sinh ra. Một niệm chánh giác thì hết thảy đều là cảnh giới Phật. Một niệm mê hoặc thì Phật cũng là ma. Phải hiểu rõ được ý nghĩa này. Có như vậy thì chúng ta mới có thể thực hành được đến mức chí thiện, thực sự đạt đến sự thương người yêu vật, thành tựu điều tốt đẹp cho người khác, không hỗ trợ giúp vào những việc xấu ác của người. Tâm hiền thiện như vậy khởi sinh, ý niệm hiền thiện mỗi ngày đều tăng trưởng.

Đối với người hãm hại ta, ta cảm ơn họ, vì giúp tiêu trừ nghiệp chướng của ta, thành tựu giúp ta các pháp tu nhẫn nhục ba-la-mật, thiền định ba-la-mật, bát-nhã ba-la-mật. Sáu ba-la-mật đều trọn vẹn, vì cũng thành tựu cho ta trì giới ba-la-mật, cũng thành tựu bố thí ba-la-mật. Bố thí như thế nào? Là bố thí sự an ổn không lo sợ. Người khác làm nhục ta, hủy báng ta, hãm hại ta, ta dùng lòng biết ơn đối đãi với họ, họ không phải sợ sệt, không phải đối phó với ta. Nếu không như vậy, họ phải mỗi ngày đều lưu tâm cảnh giác, nơm nớp lo sợ, *"người này tương lai thế nào cũng trả thù ta"*, trong lòng họ sẽ luôn bất an. [Cho nên,] không đáp trả, ngược lại còn cảm ơn, đó gọi là bố thí vô úy, sáu ba-la-mật đều trọn vẹn đầy đủ.

Những lúc giảng giải tôi vẫn thường khuyến khích các vị đồng tu, trong đời sống hằng ngày, mỗi việc nhỏ nhặt cho đến khởi tâm động niệm, không điều gì là không đầy đủ sáu ba-la-mật. Người có tâm hành đầy đủ sáu ba-la-mật, đó là Bồ Tát. Bồ Tát đối đãi với người, tiếp xúc muôn vật, vĩnh viễn giữ lòng từ bi, vĩnh viễn không gây tổn hại, tuyệt đối không *"làm nhọc sức chúng sinh"*. Theo cách nói hiện nay là không gây phiền toái cho chúng sinh.

Hôm nay thời gian đã hết, chúng ta giảng đến đây thôi.

Bài giảng thứ 142

(Giảng ngày 12 tháng 12 năm 1999 tại Tịnh Tông Học Hội Singapore, file thứ 143, số hồ sơ: 19-012-0143)

Thưa quý vị đồng học, cùng tất cả mọi người.

Mời xem *Cảm ứng thiên*, đoạn thứ 78. Đoạn này có bốn câu: *"Phá nhân chi gia, thủ kỳ tài bảo. Quyết thủy phóng hỏa, dĩ hại dân cư."* (Phá hoại nhà người chiếm tài sản quý. Gây lụt, đốt lửa làm hại dân cư.) Trong phần phân chia đoạn này chúng tôi đặt tiêu đề là *"hiển hoành chi ác"* (các việc ác rõ rệt ngang ngược). *Hiển* là rõ ràng, dễ thấy. *Hoành* là hoành hành, ngang ngược, ỷ sức mạnh ức hiếp người khác.

Trong phần chú giải nói rất rõ ràng, nếu việc làm là vô tình, chỉ do ngẫu nhiên, tình cờ mà thành phá hoại, tuy hại người nhưng cũng chẳng lợi gì cho mình, như vậy cũng đã là sai trái. Nếu lại vì muốn chiếm đoạt tài sản, vật báu của người khác mà làm cho người ấy phải tan nhà nát cửa, tổn hại nhân mạng, tội này thật hết sức nặng nề.

Trong chú giải cũng nói rõ, hoặc công khai cậy thế bức hiếp người, hoặc ngấm ngầm dùng mưu ma chước quỷ, cho dù có trốn tránh được sự chế tài của pháp luật nhưng cũng không trốn thoát được sự trừng phạt của quỷ thần, cũng không thể tránh được sự oán thù vay trả qua lại nhiều đời.

Các nạn lũ lụt, hỏa hoạn đều do nước, lửa vô tình. Trong những năm qua chúng ta thường xem tin tức thấy có nhiều địa phương bị nạn lũ lụt, hỏa hoạn. Có những nơi chỉ do bất cẩn mà tạo thành hỏa hoạn, như vậy đã là vô cùng bất hạnh. Nếu như có người thực sự cố ý khơi nguồn nước gây lũ lụt, chẳng hạn như phá hoại bờ đê dọc sông lớn, hoặc cố ý phóng hỏa đốt nơi cư trú của người khác. Tội lỗi như vậy phàm phu chúng ta không biết được, nhưng trong kinh Địa Tạng có giảng rõ hết sức tường tận. Kinh Địa Tạng nói, phóng hỏa đốt rừng núi là việc tổn đức nghiêm trọng nhất.

Quý vị suy ngẫm xem, trong chốn núi rừng là nơi cư trú của biết bao nhiêu loài vật hoang dã, chim thú, côn trùng... Một khi nổi lửa, quý vị đã thiêu chết biết bao nhiêu là sinh mạng, tội lỗi ấy thật không chấp nhận được! So với việc phát động chiến tranh, giết chết mấy muôn ngàn người thì tội này còn nghiêm trọng hơn. Người đời không hiểu được, không thấy rõ được ý nghĩa này nên chỉ vì đôi chút lợi ích rất nhỏ nhoi mà ra tay nổi lửa đốt rừng núi. Những người ấy ví như trước mắt có được chút lợi nhỏ, nhưng sau khi chết không thể không đọa vào ba đường ác. Chịu tội trong ba đường ác rồi, lại còn phải trải qua oán thù vay trả nhiều đời [với những chúng sinh bị hại]. Trong Phật pháp giảng rõ, nợ mạng phải đền mạng, nợ tiền phải trả tiền, [tội này] biết đến bao giờ mới trả xong hết nợ?

Chúng ta học Phật, những lời răn dạy của chư Phật, Bồ Tát, của các bậc thánh hiền xưa, đối với nội dung này đã được nghe qua rất nhiều lần. Hết thảy đều phải ghi nhớ, trong từng giây phút đều phải suy ngẫm, đối với ý nghĩa này phải thông suốt, đối với sự thật nhân duyên quả báo phải quan sát rõ ràng, sau đó thì dù có lợi nhuận to lớn ngay trước mắt quý vị cũng không dám làm việc này. Đó là quý vị đã có tâm cảnh giác e sợ.

Con người sống ở đời, chỉ cần quý vị lưu tâm quan sát kỹ sẽ thấy, biết bao nhiêu chúng sinh, mỗi người đều có hoàn cảnh gặp gỡ khác biệt nhau, nghiệp báo không giống nhau. Có người suốt đời sống rất hạnh phúc, gia đình sự nghiệp đều tốt đẹp thỏa mãn. Lại có người suốt đời luôn không được như ý, tai họa nối tiếp xảy đến không ngừng, suốt đời khốn khổ không chịu nổi. Cũng đều là con người, vì sao gặp phải những hoàn cảnh không giống nhau?

Chư Phật, Bồ Tát dạy chúng ta rằng, đó là do mỗi người tạo nghiệp không giống nhau. Sự khác biệt không đồng đều đó không phải do con người tạo ra. Ví như có gặp những người đến gây chướng ngại cho ta, đó là duyên, không phải nghiệp nhân. Tuy thuộc ngoại duyên, nhưng nhất định cũng là nghiệp của chính mình tạo ra.

Cho nên, con người vì sao sinh đến thế gian này? Đức Phật dạy chỉ trong bốn chữ: *"Nhân sinh thù nghiệp."* (Đời người là đền trả nghiệp.) Quý vị đến thế gian này để làm việc gì? Là đến để nhận chịu quả báo. Trong đời quá khứ quý vị tạo nghiệp lành, một đời này quý vị được quả báo lành. Trong đời quá khứ quý vị tạo nghiệp xấu ác, một đời này quý vị phải nhận chịu quả báo xấu ác. Con người sinh đến thế gian này chỉ để nhận lãnh quả báo như vậy.

Thế nhưng con người điên đảo mê hoặc, trong khi nhận chịu quả báo lại vẫn tiếp tục tạo nghiệp, cho nên vòng nhân quả kéo dài không dứt. Trong một đời này của chúng ta, khi chưa giác ngộ triệt để thì nghiệp ác nhiều, nghiệp lành ít. Chỉ sau khi đã giác ngộ triệt để mới có thể dứt trừ nghiệp ác, thực sự nỗ lực tu thiện. Phải giác ngộ triệt để, thực sự giác ngộ thì mới có thể chuyển hóa được.

Trong đời sống gặp phải những điều bất hạnh thì từ xưa đến nay, ở khắp mọi nơi đều có. Chúng ta nhìn thấy như vậy lại không hề có cảm xúc gì, thực sự là vô cảm không hiểu biết, ngu si đến mức cùng cực. Người thông minh, căn tánh nhanh nhạy, vừa nhìn thấy những việc ấy liền giác ngộ. Vì sao hết thảy chúng sinh có nhiều chủng loại không giống nhau, hình dạng không giống nhau, hoàn cảnh không giống nhau? Người có căn tánh nhanh nhạy một khi quan sát thấy [như vậy] liền giác ngộ, liền hiểu rõ. Người ngu si, căn tánh ám độn thì không hiểu được.

Người thông minh, căn tánh nhanh nhạy, thấy biết được rồi liền quay đầu hướng thiện, đặc biệt là khi có cơ duyên nghe được những lời răn dạy của thánh hiền. Thế nào gọi là thánh hiền? Thế nào gọi là thần minh? Thế nào gọi là Thượng đế? Thế nào gọi là Phật, Bồ Tát? Danh xưng mặc dù không giống nhau nhưng cảnh giới [của các vị] hoàn toàn giống nhau. Các vị này đối với chân tướng vũ trụ nhân sinh, đối với sự thật nhân duyên quả báo, đều thông đạt rõ ràng, quán sát đến chỗ huyền vi, nên chúng ta xưng tán các ngài là thánh hiền. Chúng ta không sáng tỏ, các ngài đã rõ biết sáng tỏ, những gì các ngài dạy chúng ta đều là chân tướng sự thật.

Chúng ta là người điên đảo mê hoặc, đem chỗ thấy biết phàm phu của mình để đo lường kiến giải của bậc thánh hiền. Đối với những lời răn dạy từ bi, chân thành của các ngài mà ta còn mang ra phê phán, không thể tiếp nhận, dám xem các ngài là kẻ lừa dối. Trong khi các ngài dùng đủ mọi phương tiện đều không ngoài việc khuyên người làm thiện mà thôi. Chúng ta dùng tâm thái như vậy với các bậc thánh hiền, đó là tội lỗi hết sức lớn lao. Người như vậy là không có phước báo. Người thực sự có phúc đức sâu dày, được tiếp xúc với những lời răn dạy của thánh hiền quyết định không có sự hoài nghi, lại có thể khởi sinh lòng tôn kính, y theo lời dạy vâng làm.

Hiểu rõ được việc xấu ác này rồi, chúng ta phải tự mình nỗ lực phản tỉnh, chúng ta có phạm vào hay không? Nói chung, ở mức độ nghiêm trọng lớn lao thì ta không phạm vào, nhưng với những chuyện nhỏ nhặt trong cuộc sống hằng ngày, đôi khi vô tình hoặc cố ý gây chướng ngại cho người khác, lừa dối người khác thì thật khó tránh khỏi. Không chỉ là lừa dối người khác, chúng ta còn có khi lừa dối cha mẹ, lừa dối bậc sư trưởng, lừa dối chư Phật, Bồ Tát, thường phạm vào những lỗi như vậy.

Chúng ta mong cầu mỗi ngày đều có thể tích lũy công đức, nhưng nếu những lỗi nhỏ này không thể ngăn ngừa, không thể chấm dứt, thì việc tích lũy công đức của chúng ta chỉ là lời nói suông, quyết định không thể thành hiện thực. Người đời từ xưa đến nay ở khắp mọi nơi, có ai lại không mong cầu phước báo? Có ai lại không mong né tránh tai họa? Nhưng trong thực tế thì phúc đức cầu không được, tai họa lại thường gặp. Điều này rốt lại là do nguyên nhân gì? Là do không có sự nỗ lực suy ngẫm. Sự mong cầu như thế, có thể nói là bất kể chủng tộc, bất kể tôn giáo, thậm chí là bất kể tộc loại, vì súc sinh cũng mong cầu như vậy, quỷ thần cũng có mong cầu như vậy. Nhưng muốn cho hết thảy những mong cầu ấy được mãn nguyện mà không nghe theo lời răn dạy của thánh hiền thì quyết định không thể làm được.

Cho nên, đức Phật dạy chúng ta mỗi khi khởi tâm động niệm, trong mọi hành vi hằng ngày, lúc nào cũng phải nghĩ đến lợi ích cho hết thảy chúng sinh, quyết định không làm những việc phá hoại thất đức.

Trong cửa Phật, đặc biệt chúng ta nhìn thấy những người xuất gia, có những người hành trì không đúng chánh pháp, chúng ta có thể phê bình họ hay không? Nhất định không thể. Họ làm việc phá hoại, xấu ác, tương lai họ phải tự nhận lấy quả báo. Chúng ta phê bình họ thì tội lỗi của chúng ta cũng không biết được là nặng đến mức nào. Nguyên nhân vì sao? Nói thật ra điều này rất ít người hiểu được.

Hình tượng một người xuất gia, mặc y phục của người xuất gia, quý vị nghĩ xem, chỉ cần ra bên ngoài đi một vòng, có biết bao nhiêu người nhìn thấy, trong thức *a-lại-da* của họ có những chủng tử Phật đã được gieo cấy từ lâu, một khi nhìn thấy [hình tượng xuất gia], đó là Phật, ý niệm về Phật của họ liền khởi lên. Hết thảy những việc xấu ác người xuất gia ấy đã làm, chúng ta không bàn đến, chỉ riêng hình tượng ấy [của họ] đã giúp cho biết bao nhiêu chúng sinh được gieo trồng căn lành. Ví như họ có hành vi xấu ác, chúng ta nếu đến chỗ họ công khai ra, khiến cho đại chúng trong xã hội đều thấy rằng người xuất gia ấy không phải là người tốt, thì chính việc ấy đã tạo nghiệp hủy báng, tội lỗi ấy ta phải gánh lấy. Cho nên, chúng ta thường thường tạo những nhân xấu ác như vậy mà tự thân lại hoàn toàn không biết, tự mình cho đó là chuyện rất nhỏ nhặt, không hề nghĩ đến ảnh hưởng của nó lớn lao như thế nào.

Bất kỳ là việc thiện hay ác, chúng ta nhất định phải quan sát thấu đáo, thể hội thấu đáo, ảnh hưởng của việc ấy lớn đến mức nào, sâu rộng đến mức nào, lâu dài đến mức nào. Khi quý vị suy ngẫm như thế thì tự nhiên có thể kiềm chế được. Chúng ta chỉ làm những việc có ảnh hưởng hiền thiện, việc có ảnh hưởng bất thiện nhất định không dám làm.

Nhất là trong xã hội ngày nay, trong hoàn cảnh sống hiện nay của chúng ta, những sự báo ứng thiện ác thật hết sức nhanh chóng, hết sức rõ ràng. Một niệm hiền thiện, một hành vi thiện, quả báo hiền thiện lập tức hiện tiền. Một niệm xấu ác, một hành vi ác, tai họa lập tức đến ngay. Sao có thể không cẩn thận, sao có thể không lưu tâm? Đặc biệt là càng phải thận trọng hơn những khi ở một mình [nơi vắng vẻ].

Tôi thường khuyến khích quý đồng học, chúng ta thân là đệ tử Phật, sống ở thế gian một ngày phải một ngày lo hết phận sự, trách nhiệm. Phận sự, trách nhiệm của người đệ tử Phật là gì? Là gia nghiệp đức Như Lai để lại. Gia nghiệp của Như Lai, ở mức độ thấp nhất là đối với quảng đại quần chúng trong xã hội phải răn tránh điều lỗi, khuyến khích điều thiện. Đó là phận sự, trách nhiệm của chúng ta. Không những chúng ta thường khuyên bảo dẫn dắt mọi người, mà tự thân mình cũng phải nêu gương tốt cho mọi người noi theo. Ít nhất chúng ta cũng phải là một tấm gương cho người khác noi theo, trọn đời không nói đến lỗi lầm của người khác, tự mình nêu gương. Nhìn trong xã hội, khi mọi người tụ tập cùng nhau thì đều là những chuyện thị phi, hay dở. Xã hội ngày nay vì sao hỗn loạn đến thế? Mọi sự bất an đều xuất phát từ miệng lưỡi [con người]. Chúng ta nhìn rõ khuyết điểm ấy rồi thì mới có thể phản tỉnh, mới có thể tự kiểm điểm rồi quay đầu hướng thiện, sửa đổi từ bản thân mình, đó chính là khuyên bảo dẫn dắt đại chúng trong xã hội.

Còn sống một ngày, cố gắng làm một ngày, trong thế gian này nhất định không để một ngày nào luống qua vô ích. Một ngày luống qua vô ích chính là một ngày chúng ta tạo tội nghiệp. Đức Phật dạy ta sống trong thế gian này, hết thảy mọi việc đều tùy duyên nhưng không chạy đuổi theo duyên. Đại sư Chương Gia từng nói rằng, người chân chính phát tâm học Phật thì suốt một đời đã được chư Phật, Bồ Tát an bày, tự thân không cần phải nhọc tâm lo nghĩ chút nào.

Vì thế, quý vị đạt được tâm thanh tịnh, tâm an định, thường sinh trí tuệ, không sinh phiền não thì tuyệt đối không làm những việc lợi mình hại người, luôn hy sinh bản thân mình để thành tựu cho người khác. Việc chúng ta làm là như vậy. Chúng ta sinh đến thế gian này là để giúp đỡ hỗ trợ chúng sinh, để làm lợi ích cho xã hội, hoàn toàn không mưu cầu lợi riêng cho mình. Đó là lời răn dạy của chư Phật, Bồ Tát, của các bậc hiền thánh xưa dành cho chúng ta.

Cho nên, trong Cảm ứng thiên nói đến đủ mọi loại hành vi xấu ác, chúng ta phải luôn ghi nhớ, quyết định không được phạm vào.

Hôm nay thời gian đã hết, chúng ta giảng đến đây thôi.

Bài giảng thứ 143

(Giảng ngày 15 tháng 12 năm 1999 tại Tịnh Tông Học Hội Singapore, file thứ 144, số hồ sơ: 19-012-0144)

Thưa quý vị đồng học, cùng tất cả mọi người.

Mời xem *Cảm ứng thiên*, đoạn thứ 79. Đoạn này có bốn câu: *"Vấn loạn quy mô, dĩ bại nhân công. Tổn nhân khí vật, dĩ cùng nhân dụng."* (Rối loạn phép tắc, hại công sức người. Phá hỏng đồ dùng, khiến người cùng khốn.)

Xem qua bốn câu này, cũng chính là những việc làm hết sức thất đức. Thế nhưng chúng ta trong lúc vô tình không hay biết lại rất dễ dàng phạm vào những điều này. Hai chữ *"quy mô"*, ngày nay chúng ta gọi là phép tắc, quy củ, như nói *"Gia hữu gia quy, quốc hữu quốc pháp"* (Nhà có phép nhà, nước có luật nước.)

Con người là loài động vật sống chung thành đoàn thể, mọi người khi sống chung với nhau nhất định phải có quy củ, phép tắc. Không có quy củ phép tắc thì hỗn loạn. Đoàn thể càng lớn thì quy củ phép tắc càng nhiều, lại càng phải nghiêm minh. Chúng ta là một phần tử trong xã hội, nhất định phải biết được vai trò, bổn phận của mình.

Hiện nay, phá hoại quy củ [trong xã hội] chính là giai cấp có đặc quyền. Họ tự cho rằng mình có đặc quyền thì khi làm việc không cần phải tuân theo quy củ. Như vậy là sai lầm. Sự hưng vượng của đoàn thể, sự an nguy của xã hội, đều là nhờ sự bảo vệ của những quy định, pháp lệnh, điều khoản. Người có đức hạnh, có học vấn, có lương tâm thì nhất định hết sức tôn trọng những quy chế đã thiết lập, tuân thủ các quy củ, quyết định, không dám làm rối loạn.

Làm rối loạn quy củ, không chỉ là quý vị đã phá hoại đoàn thể đó, mà theo trong phần chú giải nói rõ, đó còn thực sự là việc là *"tổn lẽ trời, hại lương tâm"*. Chúng ta nghe qua câu này có thể nghĩ, lẽ nào lại nghiêm trọng đến thế? Nhưng suy ngẫm thật kỹ thì quả đúng là như vậy. Quý vị tự mình làm gương xấu, quý vị có thể dùng đặc quyền [để phạm pháp], người khác cũng có thể dùng đặc quyền, như vậy thì quốc gia dù có đủ các pháp lệnh, quy định, điều khoản cũng không thể áp dụng. Trong đoàn thể tuy có quy củ, trong tự viện của chúng ta có *"quy ước chung của thường trụ"*, nhưng nếu mọi người không thể tuân theo, thì những quy ước, quy củ đó đều chỉ như tờ giấy lộn vô nghĩa, đoàn thể ấy có lẽ nào lại không rối loạn? Chúng ta nếu suy ngẫm đến ý nghĩa này thì biết được chân tướng sự thật. Đặc biệt trong nhà Phật, chúng ta tuân thủ giới luật, tuân thủ quy ước, đó chính là tôn trọng Phật pháp, tôn trọng xã hội, tôn trọng hết thảy chúng sinh.

Khi lý và sự đều thông đạt rõ ràng thì quyết định không dám vi phạm, không dám vượt qua, lẽ nào lại dám phá hoại? Sự việc này, nói thật ra thì từ xưa đến nay ở khắp mọi nơi đều có. Đây là một kiểu tâm lý không bình thường của con người. Tâm lý này từ đâu sinh ra? Từ nơi sự kiêu mạn, kiêu ngạo mà sinh ra. [Đó là tâm lý] thấy mình mạnh hơn, quan trọng hơn người khác, người khác không bằng mình. Sự việc này mình có thể làm, người khác không thể làm. Người khác phải tuân thủ quy củ, mình có thể không theo quy củ. Từ tâm kiêu mạn sinh ra phiền não hết sức nặng nề. Người không có trí tuệ, không nhận được sự dạy dỗ tốt thì tham sân si chẳng những không điều phục được mà nói thật ra là mỗi ngày càng thêm tăng trưởng. Người như vậy sẽ quen đi mà xem là bình thường, không biết sửa lỗi. Ví như mỗi ngày đều đọc sách thánh hiền, thậm chí mỗi ngày đều có cơ duyên được nghe Phật pháp, được nghe lời răn dạy của thánh nhân, thì người ấy cũng đã nuôi dưỡng [thói xấu] thành tập quán, thói quen, nuôi dưỡng đã thành tập khí. Ngạn ngữ gọi đó là: *"Giang sơn dễ đổi, bản tính khó dời."* Tuy đây thật ra không phải là bản tính, nhưng nuôi dưỡng đã thành tập tính, thói quen. Tập tính với thời gian lâu dài cũng không dễ dàng thay đổi.

Cũng do thực tế này cho nên người xưa dạy rằng, việc giáo dục phải bắt đầu từ thuở nhỏ thì mới dạy tốt. Các bậc thánh nhân Trung quốc càng tuyệt vời hơn, từ lúc trong thai đã bắt đầu, người mẹ từ lúc mang thai đã bắt đầu việc giáo dục con mình. Trong đời sống hằng ngày, khởi tâm động niệm đều phải thuần lương chân chánh, tình cảm phải ôn hòa, cử chỉ phải bình thản. [Những điều đó] ảnh hưởng đến thai nhi, cho nên từ lúc mang thai đã bắt đầu [tiến trình] dạy dỗ. Người đời hiện nay không hiểu được ý nghĩa này, cho rằng [nói như vậy] có phần thái quá.

Người làm cha mẹ chỉ nghĩ đến bản thân mình, không quan tâm đến thế hệ tiếp theo. Như vậy là đối với xã hội không tròn trách nhiệm, đối với quốc gia, dân tộc không tròn trách nhiệm. Không làm tròn trách nhiệm chính là tạo nghiệp. Cho nên, thế giới này ngày nay có rất nhiều tai nạn, thiên tai, nhân họa, truy tìm nguyên nhân thì chính là sự chiêu cảm quả báo của việc không làm tròn trách nhiệm, tạo nghiệp.

Tuy nhiên, chư Phật, Bồ Tát hết sức từ bi. Trong kinh Vô Lượng Thọ nói: *"Người trước không tốt, không biết đạo đức."* *"Người trước"* là chỉ các bậc trưởng bối, tiền bối, những vị này không dạy bảo chúng ta, chúng ta làm sao hiểu biết được?

Những người cùng độ tuổi với tôi còn được học qua mấy năm, nhưng không nhiều, chỉ được vài ba năm mà thôi. Về sau, gặp lúc người Nhật xâm lược Trung quốc, trong thời gian tám năm kháng chiến phải lưu lạc khắp nơi không được học. Khi tôi còn rất nhỏ đã rời khỏi gia đình, theo học ở trường, cũng không tệ, thầy giáo ở trường rất tốt. Thuở ấy, người làm thầy so với thời nay không giống nhau. Cho nên, tôi đối với ân đức của thầy vĩnh viễn không quên. Bậc thầy [thuở ấy] thay thế cha mẹ. Điều này tôi thường được nghe thầy dạy nên cũng hiểu được một chút ý nghĩa, căn bản từ đó được ươm mầm. Những bậc thầy tốt như thế, xem học sinh như con cái mình, thực sự nỗ lực phụ trách việc giáo dưỡng, hiện nay không gặp nữa. Nói thật ra, những bậc thầy có lòng từ bi và nhiệt tâm như vậy, học sinh [ngày nay] tìm không thấy, đạo đức xã hội ngày càng suy thoái.

Cho nên, khi tôi còn sống bên cạnh thầy Lý Bỉnh Nam, thầy thường cảm khái, thầy thực sự muốn truyền đạo nhưng không có người tiếp nhận, không có người chân chính chịu học, không có người vâng làm y theo lời dạy. Nếu không vâng làm y theo lời dạy, dù chư Phật, Bồ Tát có hiện đến cũng không cách gì dạy bảo được.

Điều quý vị yêu chuộng, ưa thích, bất quá cũng chỉ là một chút hiểu biết thông thường mà thôi. Ưa thích nghe, ưa thích giảng nói, nhưng quý vị không làm được, quý vị không sẵn lòng làm, quý vị vẫn tùy thuận theo tập khí phiền não. Nói cách khác, quý vị vẫn tạo nghiệp luân hồi, quý vị vẫn tránh không khỏi quả báo trong ba đường ác. Điều đó khiến cho bậc thiện tri thức chân chính nhìn thấy đau lòng. Bậc thiện tri thức từ bi không thể không dạy bảo, luôn hy vọng trong số thính chúng sẽ có được một, hai người giác ngộ. Nếu quý vị cho rằng có rất nhiều người giác ngộ thì điều đó thật không có khả năng xảy ra. Trong khoảng trăm ngàn người có được một người giác ngộ đã là rất tuyệt vời. Vị thiện tri thức kia đến thế gian này [giáo hóa được vậy] cũng có thể xem là không hoàn toàn uổng công vô ích.

Cho nên, chúng ta xem lại từ xưa đến nay ở khắp mọi nơi, bậc đại thiện tri thức truyền đạo, trọn đời có thể tìm được một người kế thừa cũng đã hết sức hài lòng. Trọn đời không gặp được truyền nhân, những trường hợp như vậy có rất nhiều, rất nhiều. Trong suốt một đời không gặp được dù chỉ một người [kế thừa].

Chúng ta nếu quả thật giác ngộ, thực sự rõ biết sự đáng sợ trong sáu đường sinh tử luân hồi, như tiên sinh Liễu Phàm gọi là *"úy tâm"* (tâm biết lo sợ), tạo tác hết thảy nghiệp ác, quả báo thật đáng sợ, chúng ta thật không dám làm.

Những quả báo ấy đều hiển bày trước mắt chúng ta, chỉ cần tỉnh táo đầu óc một chút là quý vị có thể thấy ngay rất rõ ràng, rất sáng tỏ. Nhìn thấy quả báo khổ đau của người khác, hãy suy ngẫm xem đó là do nghiệp nhân nào tạo thành? Liệu ta có tạo nghiệp giống như thế hay không? Trong tương lai rồi ta có phải nhận lãnh quả báo giống như vậy hay không? Hãy xem qua những cảnh địa ngục, xem qua những cảnh ngạ quỷ, xem qua những cảnh súc sinh. Cho nên, thời xưa mỗi một huyện thành đều có miếu thờ thành hoàng. Trong miếu thành hoàng đều có tranh vẽ *Địa ngục biến tướng đồ*. Ý nghĩa giáo dục của việc này hết sức lớn lao, giúp quý vị thấy được những trạng huống trong địa ngục, nói cho quý vị biết việc tạo nhân thế nào sẽ chiêu cảm quả báo như thế nào. Đó không phải là dọa nạt người ta, mà là dạy người biết phản tỉnh. [Quả báo] đó là sự thật, không phải do tưởng tượng.

Học Phật phải bắt đầu từ đâu? Phải bắt đầu từ việc sửa đổi trong tâm. Người hiện nay nói là xây dựng, thiết lập từ trong tâm. Bộ kinh quan trọng nhất để xây dựng, thiết lập trong tâm là kinh *Địa Tạng Bồ Tát Bản nguyện*. Ngoài ra còn có hai bộ khác nữa là kinh *Địa Tạng thập luân* và kinh *Chiêm sát thiện ác nghiệp báo*. Đó là ba kinh Địa Tạng. Phật pháp Đại thừa được xây dựng trên nền tảng [các kinh] này. Thường xuyên tụng đọc, hiểu rõ được ý nghĩa nghiệp nhân quả báo thì quý vị tự nhiên có thể khẳng định được việc gieo nhân lành sẽ được quả lành, gieo nhân xấu ác quyết định phải nhận lãnh quả báo xấu ác. Điều này giúp ta quay đầu hướng thiện. Muốn được tâm thiện, niệm thiện, hành vi thiện, trước hết phải làm một người hiền thiện.

Chư Phật, Bồ Tát giáo hóa hết thảy chúng sinh, bước đầu tiên là dạy cho quý vị có thể giữ được thân người, không đọa vào đường ác, đem các nghiệp nhân phải đọa vào đường ác hết thảy đều dứt trừ đi.

Trong đoạn văn lớn này của đức Thái Thượng, quý vị thấy ngài không nói nhiều về việc thiện, mà nói nhiều gấp đôi về các việc xấu ác. Vì sao vậy? Chỗ dụng tâm [của ngài] chúng ta thấy rất rõ ràng, rất sáng tỏ, là mong muốn chúng ta không phải đọa vào các đường ác. *"Thân người khó được, Phật pháp khó được nghe."* Chúng ta được thân người, gặp được Phật pháp, chọn lấy con đường tu tập xuất gia. Con đường xuất gia là thế nào? Là tiếp nối tuệ mạng của Phật, duy trì phát triển gia nghiệp của đức Như Lai. Chúng ta phải làm những việc như thế.

Sau khi xuất gia rồi, chúng ta có làm được như vậy hay không? Ta là một người tốt, trong tâm tốt, ý niệm tốt, hành vi cũng tốt, nhưng xuất gia rồi không thực sự nỗ lực tiếp nối tuệ mạng của Phật, làm rạng rỡ gia nghiệp của đức Như Lai, như vậy là chúng ta đã có tội.

Tôi xin đưa ra một ví dụ đơn giản. Ví như quý vị nhận chức hiệu trưởng một trường học, trong lòng quý vị rất hiền thiện, ý niệm cũng rất hiền thiện, hành vi cũng rất hiền thiện, không có chút khuyết điểm nào. Nhưng quý vị không làm việc giáo dục, không vì học sinh tìm kiếm mời thỉnh những bậc thầy giỏi, khiến cho học sinh mỗi ngày đều bỏ phế việc học tập. Như vậy quý vị không thể nói: *"Tôi rất hiền lương, tôi không có lỗi lầm gì."* Quý vị không làm hết bổn phận trách nhiệm của mình, đó chính là lỗi của quý vị. Ý nghĩa này không khó hiểu, mọi người đều có thể nhận hiểu được.

Chúng ta ngày nay mặc y phục [của người xuất gia], chuyện ăn mặc đi đứng đều tiếp nhận bốn món cúng dường từ tín đồ, chúng ta đã làm được gì rồi? Nếu không thực sự nỗ lực mà làm thì chúng ta mặc y phục xuất gia này là lừa gạt để nhận lấy sự cúng dường của tín đồ. Điều này trong Phật pháp xếp vào giới trộm cắp. Như vậy là chúng ta mang tâm trộm cắp, chúng ta giả dối dựa vào chiêu bài Phật, Bồ Tát để lừa dối hết thảy chúng sinh, không hề làm tốt bổn phận của chính mình, lại còn phá hoại quy củ phép tắc, lại còn ganh ghét chướng ngại [người khác], làm những việc hại người mà chẳng lợi gì cho mình.

Vì sao lại làm như vậy? Chính vì ngu si. Vì sao ngu si? Vì các phiền não tham sân si mạn quá nặng nề, những ý niệm tự tư tự lợi quá ăn sâu, mỗi một ý niệm đều chỉ nghĩ đến việc bức ép người khác, mỗi một ý niệm đều chỉ muốn được hưởng thụ đặc quyền giai cấp, không biết rằng ý niệm như vậy đã là tội lỗi, chính như trong kinh Địa Tạng nói: "Chúng sinh trong cõi Diêm-phù-đề, hành vi ý niệm không gì là không tạo tội." Nếu quý vị phát triển [ý niệm] thành hành vi thì tội lỗi ấy lại càng nặng nề hơn.

Chúng ta một đời này vẫn mong cầu được cứu độ, mong cầu thấu triệt sinh tử, thoát ngoài ba cõi, mong cầu sinh về thế giới Tây phương Cực Lạc. Những mong cầu ấy chỉ là mộng tưởng, làm sao có thể thực hiện được? Nếu muốn cho những nguyện vọng ấy của chúng ta được thành sự thật, không có cách nào khác hơn ngoài việc y theo chánh giáo vâng làm.

Mỗi ngày phải thường đọc những lời răn dạy của thánh hiền, suy xét ý nghĩa trong kinh điển, đem những ý nghĩa tinh yếu trong đó ra thực hành, vận dụng vào đời sống hằng ngày, vận dụng vào việc ứng xử, đối đãi với mọi người, tiếp xúc với muôn vật. Nhất định phải giữ theo quy củ, phép tắc, phải thành tựu điều tốt đẹp cho người khác; nhất định phải yêu chuộng quý tiếc mọi thứ dụng cụ, đồ dùng, mong cho tất cả mọi người đều được hưởng thụ, sử dụng.

Thường duy trì tâm nguyện như vậy, thường tu tập thực hành như vậy thì con đường tương lai của chúng ta sẽ sáng tỏ rõ ràng. Nếu như vi phạm [ngược lại] thì tương lai chỉ một chút thỏa thích [nhất thời] mà hậu quả thật [nặng nề] không dám nghĩ đến. Điều này chúng ta phải luôn ghi nhớ, phải thực sự nỗ lực khéo léo học tập.

Bài giảng thứ 144

(Giảng ngày 20 tháng 12 năm 1999 tại Tịnh Tông Học Hội Singapore, file thứ 145, số hồ sơ: 19-012-0145)

Thưa quý vị đồng học, cùng tất cả mọi người.

Mời xem *Cảm ứng thiên*, đoạn thứ 80. Đoạn này có bốn câu: *“Kiến tha vinh quý, nguyện tha lưu biếm. Kiến tha phú hữu, nguyện tha phá tán.”* (Thấy người vinh hoa phú quý, mong cho người lưu lạc tù đày. Thấy người giàu có, mong cho người tan nhà nát cửa.) Từ đây về sau là nói về những điều xấu ác ngấm ngầm không nhìn thấy bên ngoài.

Trong phần chú giải có một đoạn hết sức rõ ràng: *“Nói chung người được vinh hoa phú quý đều không phải do ngẫu nhiên mà được, thảy đều là nhờ trước có gieo duyên lành, trồng sâu cội đức, lại thêm tổ tông tích đức nên mới được như vậy. Người khác nhìn thấy như vậy nên khởi tâm ngưỡng mộ. Không phải ngưỡng mộ vinh hoa phú quý, mà thật ra là ngưỡng mộ sự tu tập trước đây của họ.”*

Chúng ta xem qua một đoạn này. Tâm ý tình chấp xấu ác này, xưa nay ở đâu cũng có. Không chỉ trong cõi người, cho đến trong các cõi súc sinh, ngạ quỷ, địa ngục cũng đều có. Đó là sự mê chấp quá nặng nề. Người đời có ai không tham muốn tiền tài? Nếu người không tham tiền tài thì đó không phải người phàm, đó là thánh nhân.

Người đời khởi tâm động niệm đều bị phiền não che lấp. Những gì là phiền não? Đó là tham lam, sân hận, si mê, kiêu mạn. Phàm phu sống trong tham sân si mạn, làm sao không khổ được?

Tâm niệm tham lam, sân hận, si mê, kiêu mạn, có thể đạt

được vinh hoa phú quý hay chăng? Xin nói cùng quý vị, quyết định không thể nào đạt được. Trong phần chú giải nói rất rõ, chư Phật, Bồ Tát dạy như thế. Chúng ta xem lại trong mỗi một tôn giáo, các vị thượng đế, thần thánh của họ cũng đều dạy như vậy. Phú quý vinh hoa không phải ngẫu nhiên có được, hết thảy đều do sự bồi đắp vun trồng từ trong quá khứ.

Nhà Phật nói rất rõ: *"Dục tri tiền thế nhân, kim sinh thụ giả thị."* (Muốn biết nhân đời trước, xem quả nhận đời này.) Câu này hàm ý nói rằng, quý vị nếu muốn biết đời trước tu tập những nhân gì, [hãy xem] những gì quý vị đạt được trong đời này, những gì quý vị được thọ nhận, hưởng dụng chính là quả báo. Đó gọi là: *"Trồng dưa được dưa, trồng đậu được đậu."* Đời trước quý vị gieo trồng những gì, một đời này quý vị được thọ nhận, một đời này được hưởng thụ, một đời này gặp được thời vận tốt, thảy đều do nhân đã tạo từ đời trước.

Đức Phật cũng dạy: *"Dục tri lai thế quả, kim sinh tác giả thị"* (Muốn biết quả đời sau, xem việc làm đời này.) Quý vị muốn biết đời sau của mình sẽ như thế nào, đời sau được tốt đẹp hay không, hãy nhìn vào những gì tạo tác trong đời này. Quý vị trọn đời gieo trồng nhân lành, đời sau quý vị nhất định được quả lành. Một đời này nếu tâm ý, hành vi của quý vị đều bất thiện, sang đời sau có lý nào lại được quả lành? Ý nghĩa quan trọng này chúng ta phải hiểu rõ.

Đức Phật dạy chúng ta về sự giàu có. Quý vị được phát tài trong đời này, bất kể quý vị dùng phương thức gì, buôn bán cũng tốt, làm công cũng tốt, làm quan chức chính quyền cũng tốt. Ngày nay chúng ta đều biết, ở nhiều địa phương có các quan chức chính phủ nhận hối lộ. Nhận hối lộ cũng là dựa theo vận mạng. Vận mạng không có được, vừa nhận một chút tiền liền lập tức xảy chuyện, bị khép tội theo pháp luật, phải chịu sự phán xét, chế tài của pháp luật. Người nhận hối lộ rất nhiều mà cả đời chẳng bị gì, đó là trong vận mạng đã có. Người ấy không nhận hối lộ, vận mạng cũng vẫn được giàu có như vậy, nhưng chẳng qua là thế nào? Là đến muộn hơn một chút mà thôi, chỉ là vấn đề đến sớm hay đến muộn. Trong vận mạng sẵn có, dù muốn vất bỏ đi cũng không bỏ được. Vận mạng không sẵn có, dù mong cầu cũng không cầu được. Chúng ta phải hiểu rõ ý nghĩa này.

Tự mình chú tâm suy ngẫm kỹ, ta có giống như có vận mạng phú quý hay không? Lại suy ngẫm kỹ hơn, liệu ta có xứng đáng được giàu sang phú quý hay không? Mọi người đã đọc qua sách *Liễu Phàm tứ huấn*, quý vị xem, tiên sinh Liễu Phàm có thể phản tỉnh, đó là người thông minh, đó là người có trí tuệ.

Phật dạy chúng ta, giàu sang là nhờ tu tập thế nào mà được? Giàu sang là nhờ tu tập bố thí mà được. Phật khuyên chúng ta gieo trồng phước đức. Thế gian có ba loại ruộng phước, là những nơi để ta gieo trồng phước đức. Ruộng phước thứ nhất là cha mẹ. Cha mẹ là ruộng báo ơn, người hiếu dưỡng cha mẹ được phước đức. Ruộng phước thứ hai là Tam bảo. Tam bảo là ruộng cung kính.

Nhưng Tam bảo phải trọng thực chất, không trọng hình thức. Ý nghĩa này có mấy người hiểu được? Chỉ người sáng tỏ lý lẽ mới hiểu được. Khi giảng giải tôi từng nói với quý vị rất nhiều lần, tôi rất khâm phục Tổng thống Nathan hiện nay của Singapore. Ông ấy bảo tôi là ông rất tôn trọng Phật giáo, vì *"Phật giáo trọng thực chất, không trọng hình thức"*. Câu này là nói công hạnh bên trong. Cửa Phật chúng ta có bao nhiêu người xuất gia đều không nói ra được. Cho nên, Tam bảo phải trọng thực chất, không trọng hình tượng.

Lần này Đài Loan gặp cơn đại địa chấn, một vùng Puli thuộc quận Nantou có rất nhiều chùa, miếu bị phá hủy, ngay trong cơn địa chấn bị phá hủy. Có người hỏi rằng, ở đó có biết bao người tu hành, vì sao vẫn phải gặp tai nạn như vậy? Thật ra điều này rất đơn giản. Phật pháp trọng thực chất, không trọng hình thức. Nói cách khác, quan trọng ở sự tu hành chân chánh, không quan trọng vẻ ngoài. Vẻ ngoài dù khoác bất kỳ hình thức nào cũng đều không quan trọng. Pháp sư Sám Vân cũng ở trong vùng Nantou xảy ra địa chấn, đạo tràng của ngài vì sao hoàn toàn vô sự? Ngài là một bậc tu hành chân chánh nên tự nhiên có chư Phật hộ niệm, có các vị trời rồng, thiện thần đều theo bảo vệ. Đó là bậc chân tu.

Cách đây mấy năm, tôi có nghe việc các kho hàng chung quanh xưởng in Thế Hoa gặp hỏa hoạn. Các kho hàng nằm quanh bốn phía đều bị ngọn lửa thiêu rụi hết, chỉ riêng kho chứa của Thế Hoa bình yên vô sự. Bên trong kho chứa lúc đó là bộ Đại Tạng Kinh. Họ vừa in xong bộ Đại Tạng Kinh còn cất chứa trong đó. Ấy là có trời rồng, thiện thần theo bảo vệ. Chúng ta tin chắc sâu vững rằng loạt kinh điển này của họ in ra quyết định sẽ có tác dụng quan trọng lớn lao, tất nhiên trong tương lai cúng dường đến các bậc chân tu, tổ sư, đại đức, nên mới được các vị thiện thần theo bảo vệ. Kinh điển số lượng rất nhiều, phân chia khắp bốn phương, không biết được ở địa phương nào có người tu hành chân chánh.

Cho nên, nhìn thấy một nơi chùa, miếu, có người mặc y phục xuất gia nhưng tâm niệm, hành vi đều không theo giống như chư Phật, Bồ Tát, như vậy chẳng có ích gì. Trước đây lão cư sĩ Lý Bỉnh Nam từng nói: *"Đáng phải sống chết như thế nào vẫn là sống chết như thế ấy. Đáng phải gặp nạn như thế nào vẫn là gặp nạn như thế ấy."* Vì thế, phải thực tiễn tu hành chân chánh.

Vậy thử hỏi, chúng ta có tâm niệm hiếu dưỡng cha mẹ hay không? Có hành vi hiếu dưỡng cha mẹ hay không? Quý vị có làm được hay không? Có thực sự cung kính Tam bảo hay không? Cung kính Tam bảo, nếu mỗi ngày đều hương hoa trà quả cúng dường, mỗi ngày khấu đầu lễ lạy đến ba ngàn lượt, trong tâm vẫn còn nguyên vẹn tham sân si mạn, thật không ích gì. Chỉ là giả dối.

Chúng ta mang những gì đến cúng dường Tam bảo? Phải mang đến sự tu tập hành trì chân chánh. Trong kinh điển đức Phật dạy ta thực hành, ta đã làm được hay chưa? Lời Phật giảng dạy rất nhiều, chúng ta chọn lựa sắp xếp thành năm mục. *"Tịnh nghiệp tam phúc"* (ba điều phúc lành tạo nghiệp thanh tịnh) đã làm được chưa? *"Lục hòa kính"* (sáu pháp hòa kính) đã làm được chưa? *"Tam học"* (ba môn học giới, định, tuệ), *"lục độ"* (sáu pháp ba-la-mật) đã làm được chưa? *"Phổ Hiền thập nguyện"* (mười đại nguyện của Bồ Tát Phổ Hiền) đã làm được chưa? Còn những điều khác không nói đến, chỉ nói riêng năm mục này, tất cả chúng ta đều có khả năng làm được. Như vậy là phụng sự sư trưởng, là chân chánh quy y Tam bảo, là gieo trồng phước đức trong ruộng tôn kính. Phước đức này rất lớn.

Ruộng phước thứ ba là ruộng bi mẫn. Ruộng bi mẫn là cứu giúp hết thảy chúng sinh đang khổ nạn, đó là gieo trồng phước đức. Cho nên quý vị mới bố thí được giàu có. Bố thí còn bám chấp nơi hình tướng thì được phước đức. Bố thí lìa bỏ hình tướng thì được công đức. Bố thí pháp được thông minh trí tuệ. Bố thí vô úy được khỏe mạnh sống lâu. Đó là quả báo. Quý vị không chịu tu nhân, sao có được quả báo? Quý vị muốn được quả báo, nhất định phải biết tu nhân.

Cho nên, tiền tài càng bố thí càng được nhiều hơn. Bố thí là tu nhân, quý vị tu nhân nhiều, đương nhiên quả nhận được nhiều. Bố thí pháp nhiều thì thông minh trí tuệ tăng trưởng. Bố thí vô úy nhiều, đó là chân chính dùng tâm từ bi thương yêu, quan tâm đến hết thảy những ai cần quan tâm. Người già yếu, tàn tật cần được quan tâm, cần được giúp đỡ, quý vị thật có tâm [bố thí] này, khi gặp liền sẵn lòng giúp đỡ, quả báo của quý vị là được khỏe mạnh sống lâu.

Gieo nhân lành nhất định được quả lành. Chư Phật, Bồ Tát răn dạy chúng ta, các vị thần minh của tôn giáo khác cũng đều dạy chúng ta, đối với tiền của bất nghĩa nhất định không được giữ lấy. Thế nào là bất nghĩa? Là không xứng đáng nhận được. Tiền của bất nghĩa mà quý vị muốn nhận lấy, thường thì sẽ gặp phải những tai nạn rất khó tưởng tượng. Những trường hợp như vậy từ xưa đến nay ở khắp nơi đều có, xảy ra rất nhiều.

Ngày hôm kia chúng ta đọc thấy trên báo đưa tin chính phủ Australia chuẩn bị ra luật cấm cờ bạc. Hiện tại, Australia phát hiện trên mạng internet phát triển cờ bạc, nhiều người vì tham gia cờ bạc mà nhà tan cửa nát, tiêu tan gia sản, dẫn đến ly hôn, tự sát, tạo ra những tổn thất nghiêm trọng cho xã hội, nên chính phủ Australia cần phải chế định pháp luật cấm hẳn. Đó là một chính phủ có trách nhiệm, đó là một việc làm chân chánh bảo vệ người dân.

Chúng ta từ trong sách Liễu Phàm tứ huấn thấy rõ được, khi Viên Liễu Phàm làm Huyện trưởng, phát khởi thiện tâm, miễn giảm cho người làm ruộng trong toàn huyện, tức là giảm thuế ruộng. Giảm thuế như vậy có mấy trăm ngàn người được lợi ích. Nghĩa cử của ông ấy cũng bằng như làm được mười ngàn việc thiện. Các quan chức chính phủ Australia hiểu rõ được ý nghĩa này, thiết lập điều luật [cấm cờ bạc để] đưa ra thực hiện, chỉ một ý niệm đó cũng là tích chứa được muôn điều thiện. Không chỉ muôn điều thiện, vì có biết bao nhiêu người được lợi ích. Không một tôn giáo nào không cấm cờ bạc.

Các bậc hiền thánh xưa của Trung quốc cũng từ bi khó nhọc khuyên bảo mọi người phải biết an phận thủ thường, tích đức tu thiện, như vậy thì con đường tương lai của quý vị mới sáng tỏ rõ ràng. Nào có ai giàu có nhờ cờ bạc mà xây dựng gia nghiệp? Nào có ai giàu có nhờ trộm cắp mà xây dựng gia nghiệp? Từ xưa đến nay, ở khắp mọi nơi đều không tìm thấy. Chúng ta phải hiểu rõ được ý nghĩa này, phải biết được chân tướng sự thật này.

Chư Phật, Bồ Tát thường dạy chúng ta sống yên phận nghèo, vui cùng lẽ đạo, biết đủ thường vui. Trong kinh sách của các tôn giáo khác chúng ta cũng thấy như vậy. Đó gọi là *"thần bần"*. *"Bần"* là nói đời sống vật chất không sung túc dư dả, *"thần"* là nói đời sống tinh thần đầy đủ sung túc. Đức Khổng tử của Nho gia tại Trung quốc thường khen ngợi Nhan Hồi. Đời sống vật chất của Nhan Hồi rất nghèo túng, chỉ *"một giỏ cơm, một bầu nước"*. Ăn cơm không có bát, phải dùng tre đan thành giỏ đựng cơm, uống nước cũng không có ly, phải dùng quả bầu khoét rỗng ruột thành hồ lô đựng nước. Nghèo khốn đến mức như vậy, thật là nghèo. Thế nhưng niềm vui của Nhan Hồi thì không một ai có thể sánh bằng. Ông vui những gì? Niềm vui đó chính là đạo, sống nghèo vui đạo. Đó là niềm vui của bậc thánh hiền. Phiền não tham sân si mạn hết thảy đều dứt sạch. Niềm vui của các ngài, phàm phu chúng ta không biết được. Cảnh giới tâm thức của các ngài cùng với hư không pháp giới hợp thành một thể. Cảnh giới này ai có thể nghĩ tưởng đến? Ai có thể nhận hiểu được? Đó là công phu học tập tu dưỡng của các ngài, là sự viên mãn trí tuệ.

Đọc sách, học Phật, không gì khác hơn là để nâng cao cảnh giới như thế, giúp chúng ta ngay trong cảnh giới ấy đạt được niềm vui chân thật. Sự hưởng thụ vật chất là cái vui giả tạm. Trong khi giảng kinh tôi đã từng giảng qua biết bao nhiêu lần. Cái vui [vật chất] ấy cũng giống như ma túy, như chất kích thích của người thế gian, là cái vui không bình thường. Niềm vui bình thường là giác ngộ, là sáng tỏ lý lẽ, là hiểu rõ được chân tướng sự thật. Đó là niềm vui chân thật. Quyết định không phải do nơi đời sống vật chất dư dả hay thiếu thốn, mà do nơi tự tâm chúng ta thanh tịnh sáng suốt, tỏa chiếu khắp pháp giới, biểu hiện ra bên ngoài. Nhà Phật gọi là một tấm lòng từ bi. Cơ đốc giáo, Thiên chúa giáo thì nói là thiên thần yêu thương người đời, Thượng đế yêu thương người đời. Biểu hiện bên ngoài của họ là tình thương rộng lớn, thương yêu bảo vệ hết thảy chúng sinh, lo lắng cho hết thảy chúng sinh, quan tâm đến hết thảy chúng sinh, hết lòng hết sức giúp đỡ hỗ trợ cho tất cả chúng sinh.

Các vị thần thánh giúp đỡ hỗ trợ chúng sinh thì trước hết là chú trọng ở việc giúp chúng sinh lìa khổ được vui. Muốn lìa khổ được vui phải từ nơi căn bản mà giúp đỡ hỗ trợ. Căn bản là gì? Căn bản là phá mê khai ngộ. Khổ từ đâu mà có? Khổ từ nơi mê hoặc sinh ra. Vui từ đâu mà có? Vui từ chỗ giác ngộ mà được.

Chư Phật, Bồ Tát, thần minh đều có thần thông. Các ngài nếu cờ bạc ắt kiếm được tiền. Vì sao không dùng thủ đoạn ấy, kiếm được nhiều tiền một chút để mang ra bố thí, làm việc tốt? Đó là thủ đoạn không bình thường, là thủ đoạn gây tội ác. Cho nên chư Phật, Bồ Tát, thần minh tuyệt đối không dùng đến thủ đoạn như vậy. Chư Phật, Bồ Tát dạy người phải từ khía cạnh chân chính, không từ khía cạnh tiêu cực. Cách làm như vậy có sự lạm dụng, có hại cho người, chư Phật, Bồ Tát quyết định không làm. Chúng ta học Phật, Bồ Tát, phải từ chỗ này mà học.

Nhất định phải tu tập theo chánh pháp, trong chỗ chân chánh làm việc chân chánh. Trong chỗ chân chánh làm việc lệch lạc, ấy là trừ phi hết sức bất đắc dĩ phải dùng đến thủ đoạn, không thì quyết định không dùng đến. Cho nên, chư Phật, Bồ Tát có thần thông, năng lực thần thông rất lớn lao, nhưng [các ngài] quyết định không dùng đến thần thông, chỉ dùng sự giáo dục, dùng sự nêu gương. Vì sao vậy? Vì trong đó không có sự lạm dụng.

Nếu như sử dụng thần thông, chúng ta biết rằng yêu ma quỷ quái cũng có thần thông. Dùng phương thức này để tiếp dẫn chúng sinh thì chúng sinh có thể bị mê hoặc, không phân biệt được giữa chánh với tà, giữa ma với Phật, như vậy là sinh phiền toái lớn. Năng lực ma có được, Phật cũng có; năng lực mà Phật có, ma không có. Tâm hiền thiện, làm việc hiền thiện, lấy bản thân mình làm khuôn mẫu [cho người khác noi theo], việc này ma không làm được. Dùng chánh pháp khuyến cáo đại chúng, ma cũng không làm được. Sự phân biệt giữa Phật với ma, chúng ta nhất định phải hiểu rõ, phải sáng tỏ. Chúng ta học theo Phật, quyết định không thể đi theo cùng ma.

Sự giàu sang, trí tuệ, sống lâu khỏe mạnh, nhất định phải tuân theo lời răn dạy của Phật thì quyết định có thể đạt được. Trái lời răn dạy của Phật, dùng những thủ đoạn phi pháp để đạt được, ví như có đạt được rồi thì tai nạn cũng sẽ theo sau. Quý vị không thể giữ gìn được, không thể thụ hưởng lâu dài.

Cho nên chúng ta đọc qua mấy lời răn dạy này, cảm khái vô cùng sâu sắc. Chúng ta trọn đời tuyệt đối không làm những chuyện phi pháp, trái với lời răn dạy của Phật. Làm như vậy là có lỗi với Tam bảo, có lỗi với cha mẹ, cũng là có lỗi với hết thảy chúng sinh.

Hôm nay thời gian đã hết, chúng ta giảng đến đây thôi.

Hết tập 6 trong tổng số 8 tập

Quý độc giả cũng có thể tìm mua bản in bìa cứng
với nội dung gồm 2 tập (mỗi tập hơn 800 trang).

Sách có thể mua qua www.amazon.com/author/minhtien/

Lời thưa

Trong kinh Pháp Cú, đức Phật dạy rằng: "Pháp thí thắng mọi thí." Thực hành Pháp thí là chia sẻ, truyền rộng lời Phật dạy đến với mọi người. Mỗi người Phật tử đều có thể tùy theo khả năng để thực hành Pháp thí bằng những cách thức như sau:

1. Cố gắng học hiểu và thực hành những lời Phật dạy. Tự mình học hiểu càng sâu rộng thì việc chia sẻ, bố thí Pháp càng có hiệu quả lớn lao hơn. Nên nhớ rằng **việc đọc sách còn quan trọng hơn cả việc mua sách.**

2. Phải trân quý kinh điển, sách vở in ấn lời Phật dạy. Khi có điều kiện thì mua, thỉnh về nhà để tự mình và người trong gia đình đều có điều kiện học hỏi làm theo. Không nên giữ làm của riêng mà phải sẵn lòng chia sẻ, truyền rộng, khuyến khích nhiều người khác cùng đọc và học theo. Không nên để kinh sách nằm yên đóng bụi trên kệ sách, vì **kinh sách không có người đọc thì không thể mang lại lợi ích.**

3. Tùy theo khả năng mà đóng góp tài vật, công sức để hỗ trợ cho những người làm công việc biên soạn, dịch thuật, in ấn, lưu hành kinh sách, **để ngày càng có thêm nhiều kinh sách quý được in ấn, lưu hành.**

Thông thường, việc chi tiêu một số tiền nhỏ không thể mang lại lợi ích lớn, nhưng nếu sử dụng vào việc giúp lưu hành kinh sách thì lợi ích sẽ lớn lao không thể suy lường. Đó là vì đã giúp cho nhiều người có thể hiểu và làm theo lời Phật dạy. Mong sao quý Phật tử khắp nơi đều lưu tâm đóng góp sức mình vào những việc như trên.